AF747773

മുരിക്കഞ്ചേരി കേളുവിന്റെ പാട്ടുകഥ

murikancheri keluvinte pattukadha

•

dr. m v vishnu namboothiri

•

first chintha edition
may 2017

•

typesetting
akshara dtp, thiruvananthapuram

•

published
chintha publishers, thiruvananthapuram

•

cover
muralipayyanur

•

cover drawing
hari prasad

വിതരണം

ദേശാഭിമാനി ബുക്ക് ഹൗസ്

H O തിരുവനന്തപുരം-695 035
phone: 0471-2303026, 6063026
www.chinthapublishers.com
chinthapublishers@gmail.com

ബ്രാഞ്ചുകൾ

ഹെഡ്ഡാഫീസ് ബ്രാഞ്ച് കുന്നുകുഴി • സ്റ്റാച്യു തിരുവനന്തപുരം • കെ എസ് ആർ ടി സി ബസ് സ്റ്റേഷൻ ആലപ്പുഴ • കെ എസ് ആർ ടി സി ബസ് സ്റ്റേഷൻ എറണാകുളം • മച്ചിങ്ങൽ ലെയിൻ തൃശൂർ • ഐ ജി റോഡ് കോഴിക്കോട് • മാവൂർ റോഡ് കോഴിക്കോട് • എൻ ജി ഒ യൂണിയൻ ബിൽഡിങ് കണ്ണൂർ • സെൻട്രൽ ബസ് ടെർമിനൽ കോംപ്ലക്സ് താവക്കര കണ്ണൂർ

CO - 2512 / 4350
ISBN - 978-93-86364-82-1

മുരിക്കഞ്ചേരി കേളുവിന്റെ പാട്ടുകഥ

(പാഠവും പഠനവും)

ഡോ. എം വി വിഷ്ണു നമ്പൂതിരി

ചിന്ത പബ്ലിഷേഴ്സ്
തിരുവനന്തപുരം-695 035

ഡോ. എം വി വിഷ്ണു നമ്പൂതിരി

പയ്യന്നൂരിനു സമീപമുള്ള രാമന്തളി വില്ലേജിൽ (കണ്ണൂർ ജില്ല) 25 -10-1939ൽ ജനിച്ചു. അച്ഛൻ: സുബ്രഹ്മണ്യൻ നമ്പൂതിരി. അമ്മ: ദ്രൗപതി അന്തർജ്ജനം.

മലയാളഭാഷയിലും സാഹിത്യത്തിലും എം എ (ഫസ്റ്റ് ക്ലാസ്), പി എച്ച് ഡി ബിരുദം.

കേരള സാഹിത്യ അക്കാദമി (ഐ സി ചാക്കോ എൻഡോമെന്റ്) അവാർഡ്-1998 (ഫോക്‌ലോർ നിഘണ്ടു) പട്ടത്താനം അവാർഡ് -1998 (ഫോക്‌ലോർ പഠനരംഗത്ത് കാൽനൂറ്റാണ്ടിലേറെക്കാലം ചെയ്ത സേവനങ്ങളെ പരിഗണിച്ച്), കേരളഫോക്‌ലോർ അക്കാദമിയുടെ പ്രഥമ അവാർഡ്-ഗ്രന്ഥരചന-സമഗ്ര സംഭാവനയ്ക്ക് -1999, കേരള സംഗീതനാടക അക്കാദമി അവാർഡ് - 2008 (നാടൻ കലാ ഗവേഷണം), കേരള സർക്കാരിന്റെ പി കെ കാളൻ പുരസ്കാരം-2009, പി കെ പരമേശ്വരൻ നായർ ട്രസ്റ്റ് (എസ് ഗുപ്തൻ നായർ സ്മാരക) പുരസ്കാരം-2011, കടത്തനാട്ട് ഉദയവർമ്മ രാജ പുരസ്കാരം-2012, കളമെഴുത്ത് പഠനഗവേഷണ കേന്ദ്രം (കാട്ടകാമ്പാൽ, തൃശ്ശൂർ) പുരസ്കാരം-2014, വിജ്ഞാനപീഠ പുരസ്കാരം (ശ്രീ ശങ്കര ട്രസ്റ്റ് സാംസ്കാരിക പഠന കേന്ദ്രം. പെരുമ്പാവൂർ 2014, കേരളസംസ്ഥാന ജൈവ വൈവിധ്യ ബോർഡ് പുരസ്കാരം, തിരുവനന്തപുരം-2014, അബുദാബി ശക്തി അവാർഡ് - 2016, കേന്ദ്രസാംസ്കാരികവകുപ്പിന്റെ സീനിയർ ഫെലോഷിപ്പ് എന്നിവ ലഭിച്ചു. കേരള ഫോക്‌ലോർ അക്കാദമിയുടെ മുൻ ചെയർമാനായിരുന്നു.

ഫോക്‌ലോർ രംഗത്ത് അറുപതിൽപരം ഗ്രന്ഥങ്ങൾ ഇതിനകം പ്രസിദ്ധീകരിച്ചിട്ടുണ്ട്. *നമ്പൂതിരി ഭാഷാശബ്ദകോശം, ഫോക്‌ലോർ നിഘണ്ടു, വടക്കൻപാട്ടുകഥകൾ-ഒരു പഠനം, തെയ്യവും തിറയും, നാടോടിവിജ്ഞാനീയം, പൊട്ടനാട്ടം, പൂരക്കളി, കേരളത്തിലെ നാടൻസംഗീതം, ഫോക്‌ലോർ ചിന്തകൾ, നാടൻകലകൾ നാടൻപാട്ടുകൾ, ഫോക്‌ലോറും ജനസംസ്കാരപഠനവും, ഗവേഷണപ്രവേശിക, നാടൻ ഭാഷാ നിഘണ്ടു, കോതാമൂരി, പുരാവൃത്തപഠനം, ഫോക്‌ലോറും നാമ പഠനവും, പഴഞ്ചൊൽ സാഹിത്യം, കടംകഥകൾ ഒരു പഠനം* എന്നിവ അതിൽ മുഖ്യമായവയാണ്.

ഭാര്യ : സുവർണ്ണനി

മക്കൾ : സുബ്രഹ്മണ്യൻ, ഡോ.ലളിതാംബിക, മുരളീധരൻ.

വിലാസം : പോസ്റ്റ് കാരന്താറ്റ് വഴി)
രാമന്തളി, പിൻ: 670308

ഫോൺ : 04985 223257

ഉള്ളടക്കം

പ്രസാധകക്കുറിപ്പ്

ഫോക്‌ലോർ പഠന മേഖലയിൽ വടക്കൻ പാട്ടുകൾക്ക് സവിശേഷമായ സ്ഥാനമുണ്ട്. ഈ മേഖലയിലേക്ക് ശ്രദ്ധേയമായ സംഭാവനകൾ നല്കിയ ഡോ. എം വി വിഷ്ണു നമ്പൂതിരി രചിച്ച പുസ്തകമാണ് *മുരിക്കഞ്ചേരി കേളുവിന്റെ പാട്ടുകഥ* (പാഠവും പഠനവും). വടക്കൻ കേരളത്തിലെ കൃഷിപ്പാടങ്ങളിലെ അദ്ധ്വാനിക്കുന്ന സ്ത്രീകളിൽ നിന്നാണ് ഈ പാട്ടുകൾ വരുന്നത്. മുരിക്കഞ്ചേരി കേളു എന്ന വീര പരാക്രമിയുടെ വ്യത്യസ്തപാട്ടുകളും അതിന്റെ പഠനവുമാണ് ഈ പുസ്തകം.

അറയ്ക്കൽ, ചിറയ്ക്കൽ കുടുംബങ്ങൾക്കിടയിലെ സംഘർഷത്തിന്റെ ചരിത്രപരിസരത്തേക്കും ഈ പാട്ടുകൾ സഞ്ചരിക്കുന്നു. അക്കാദമിക് രംഗത്തുള്ളവർക്കും അദ്ധ്യാപകർക്കും വിദ്യാർത്ഥികൾക്കും ഗവേഷകർക്കും മറ്റ് വായനക്കാർക്കും ഈ പുസ്തകം പുതിയൊരു അനുഭവമായിരിക്കും.

ചിന്ത പബ്ലിഷേഴ്സ്

മുന്നുര

മലയാളത്തിലെ നാടൻപാട്ടുകളിൽ ഏറ്റവും സമ്പന്നമായ ഒരു വിഭാഗമാണ് വടക്കൻപാട്ടുകഥകൾ. എന്നാൽ, ഈ പ്രാധാന്യത്തിനനു സരിച്ചുള്ള സമാഹരണശ്രമങ്ങളോ, പഠനോത്സുകതയോ ഉണ്ടായെന്ന് അഭിമാനിച്ചുകൂടാ. ഉത്തരകേരളത്തിലെ ഗ്രാമമൂലകളിൽ, കാർഷിക ത്തൊഴിലാളികളുടെ ചുണ്ടുകളിൽ ഇന്നും തങ്ങിനില്ക്കുന്ന ഈ പാട്ടു കളുടെ ശേഖരണം എന്തുകൊണ്ടും വിലപ്പെട്ടതാണെന്നു തോന്നി. അങ്ങനെ, മുന്നൂറിൽപ്പരം വടക്കൻപാട്ടുകഥകൾ (ചാരൻപാട്ടുകൾ) കണ്ടെത്താൻ കഴിഞ്ഞു. 'വടക്കൻപാട്ടു'കളെക്കുറിച്ച് നിലവിലുള്ള ധാര ണകൾ പലതും പൊളിച്ചെഴുതേണ്ടതാണെന്ന് അപ്പോഴാണ് ബോദ്ധ്യ മായത്. ആ പശ്ചാത്തലത്തിലാണ് *വടക്കൻപാട്ടുകഥകൾ - ഒരു പഠനം* എന്ന ഗ്രന്ഥം പ്രകാശനം ചെയ്തത്. ശേഖരിച്ച മുന്നൂറോളം വടക്കൻപാ ട്ടുകൾക്കു പുറമെ, പലരാലും പ്രസിദ്ധീകരിക്കപ്പെട്ട നൂറിൽ താഴെ വരുന്ന പാട്ടുകളും പരിശോധിച്ചുകൊണ്ടുള്ള ഒരു പഠനമാണത്. കാർഷികവൃ ത്തിയിൽ ഏർപ്പെടുന്നവർ പല ഗ്രാമങ്ങളിലും ഈ പാട്ടുകഥകളെ 'ചാരൻപാട്ട്' എന്നാണ് വ്യവഹരിക്കുന്നതെന്ന് മനസ്സിലാക്കുവാൻ കഴി ഞ്ഞു. ഈ പാട്ടുകഥകളിൽ വടക്കൻപാട്ടുകളിൽ വീരചരിതങ്ങൾ മാത്ര മല്ല ഉള്ളതെന്നും വൈവിദ്ധ്യാത്മകങ്ങളായ പല ഇനങ്ങൾ ഈ പാട്ടുസ ഞ്ചയത്തിൽ ഉണ്ടെന്നും കണ്ടെത്തുവാൻ കഴിഞ്ഞു. അതിന്റെ അടിസ്ഥാ നത്തിൽ ഈ പണിപ്പാട്ടുകളെ, ഇവയുടെ സ്വഭാവമനുസരിച്ച് എട്ടുവിധ മായി വർഗ്ഗീകരിച്ചിട്ടുണ്ട്. അതിന്റെ സൂചന ഈ ഗ്രന്ഥത്തിൽ നല്കിയി ട്ടുണ്ട്. ചാരൻപാട്ടുകളുടെ ജനകീയസ്വഭാവം പ്രത്യേകം ശ്രദ്ധേയമാണ്. പാട്ടുകളിൽ നല്ലൊരു ഭാഗം നാടിന്റെ നേരുകൾ വെളിപ്പെടുത്തുന്നവ

യാണ്. പ്രാദേശിക-സാമൂഹ്യചരിത്രങ്ങളുടെ നിർമ്മിതികൾക്ക് ഈ പാട്ടുകൾ ഏറെ സഹായിക്കും.

ഈ ഗ്രന്ഥത്തിൽ 'മുരിക്കഞ്ചേരി കേളു' എന്ന വീരപരാക്രമിയെ സംബന്ധിച്ച അഞ്ചു പാട്ടുകളാണ് സമാഹരിച്ചിട്ടുള്ളത്. ചിറയ്ക്കൽ, അറയ്ക്കൽ എന്നീ രാജവംശങ്ങളുമായി ബന്ധപ്പെട്ടതാണ് കേളുവിന്റെ വീരചരിതം. ആ നിലയിൽ ചരിത്രപ്രാധാന്യം അവകാശപ്പെടാവുന്ന ഗാനങ്ങളാണിവ. ദേശചരിത്രത്തിലേക്ക് ഇവ വെളിച്ചം കാട്ടുന്നു.

മലയാളത്തിലെ വീരചരിതത്തിന്റെ സവിശേഷമായ ഒരു മാതൃകയാണ് മുരിക്കഞ്ചേരി കേളുവിന്റെ ചരിതം. തിരുവർകാട്ടുകാവുമായുള്ള ബന്ധം അതിന് അസാധാരണമായ ഒരു തലം പ്രദാനം ചെയ്യുന്നു. മിത്തിന്റെ നേരിയ ലക്ഷണങ്ങൾ ഇതിവൃത്തഘടനയിൽ കാണാൻ കഴിയും. മലയാളത്തിലെ 'വീരപ്പാട്ടുകഥ'കൾക്കു നല്ലൊരു ദൃഷ്ടാന്തമാണ് ഈ പാട്ടുകൾ എന്ന് എന്തുകൊണ്ടും അവകാശപ്പെടാവുന്നതാണ്.

ഇതിൽ ചേർത്ത പാട്ടുകൾ നിരിച്ചൻ കാഞ്ഞൻ പൂജാരി, കാനാമീത്തലെവീട്ടിൽ നാരായണിയമ്മ, കുന്നുമ്പുറത്ത് മാവിലവീട്ടിൽ പാർവ്വതിയമ്മ, എടച്ചിരിയൻ കരിഞ്ചി, ഓരിമുറിയൻ നാരായണി, കറോംകുടിയൻ നാരായണ സ്വാമി എന്നിവരിൽനിന്നാണ് ശബ്ദലേഖനം ചെയ്തെടുത്ത് ശേഖരിച്ചത്.

ഡോ. എം വി വിഷ്ണു നമ്പൂതിരി

ഭാഗം - 1

പഠനം

1

വടക്കൻപാട്ടുകഥകൾ

ജീവിതസംസ്കാരങ്ങളുടെ ആന്തരിക ചൈതന്യംകൊണ്ട് ഉന്മിഷ തങ്ങളാണ് നാടൻപാട്ടുകൾ. ഇവയ്ക്ക് പ്രവേശനമില്ലാത്ത ജീവിതരംഗങ്ങ ളൊന്നുമില്ല. അതിനാൽ സാമൂഹിക ജീവിതത്തിന്റെ യഥാർത്ഥ കണ്ണാടി യാണ് നാടൻപാട്ടുകൾ എന്നുപറയാം. ഭൂതവർത്തമാനകാലങ്ങളെ സംബ ന്ധിക്കുന്ന ഒരു സംസ്കാരപ്രവാഹമായിത്തന്നെ അവ നിലകൊള്ളുന്നു. സമൂഹത്തിന്റെ സംഭാവനയെന്ന നിലയിൽ നാടൻപാട്ടുകൾക്കുള്ള ശക്തി ചൈതന്യങ്ങൾ ആർക്കും നിഷേധിക്കുവാൻ കഴിയുകയില്ല. നിത്യജീവി തത്തിന്റെ നിറപ്പകിട്ടാർന്ന ചിത്രങ്ങൾ അവ കാഴ്ചവയ്ക്കുന്നു.

മലയാളപദ്യസാഹിത്യത്തിൽ ആദ്യകാലം മുതലേ മണിപ്രവാളം, പാട്ട്, നാടൻപാട്ട് എന്നീ സരണികൾ കാണാം. മണിപ്രവാളവും പാട്ടും നിശ്ചിത നിബന്ധനകൾക്ക് വിധേയമായി ഒഴുകിയവയത്രെ. അവ യിൽനിന്ന് ഭിന്നമായ പ്രവാഹമാണ് നാടൻപാട്ടുകളുടേത്. മലയാളത്തിന്റെ തനിമയും ശൈശവസഹജമായ സൗന്ദര്യവും അവയാണ് വെളിപ്പെടു ത്തുന്നത്.

കഥാഗാനങ്ങൾ, കേവലമായ ലഘുഗാനങ്ങൾ എന്നിങ്ങനെ നാടൻ പാട്ടുകളിൽത്തന്നെ തരഭേദം കാണാൻ കഴിയും. ഇവ വളരെ സങ്കീർണ്ണ ങ്ങളായതിനാൽ വർഗ്ഗീകരണത്തിൽ പൂർണ്ണമായി ഒതുങ്ങിനിന്നില്ലെന്നു വരാം. എങ്കിലും അനുഷ്ഠാനപരം, വിനോദപരം, സാമുദായികപരം, തൊഴിൽപരം തുടങ്ങിയ വിഭാഗങ്ങളെല്ലാം മേല്പറഞ്ഞ തരഭേദങ്ങളിൽ ഉണ്ടായിരിക്കും.

നാടൻ കഥാഗാനങ്ങൾ

ഒരു കഥ പറയുന്ന കവിത ആഖ്യാനകവിതയാണ്. മറ്റൊരു തരത്തിൽ പറഞ്ഞാൽ 'പദ്യത്തിൽ പറയുന്ന ഒരു കഥയാണ് ആഖ്യാനകവിത'.[1] ഇംഗ്ലീഷിൽ ആഖ്യാനകവിതകൾ എന്ന് വിളിക്കപ്പെടുന്നത് മിക്കവാറും 'ബാലഡു'കളോ, 'എപ്പിക്കു'കളോ ആണ്. അവ രണ്ടും കഥാഗാനങ്ങൾ തന്നെയാണ്. എന്നാൽ സാങ്കേതികാർത്ഥത്തിൽ കഥാഗാനങ്ങൾ മുഴുവൻ എപ്പിക്കുകളോ ബാലഡ്കളോ ആണെന്ന് പറയുവാൻ കഴിയുകയില്ല. അവയുടെ ധർമ്മം മറ്റു കഥാഗാനങ്ങൾക്ക് ഉണ്ടാകണമെന്നില്ലല്ലോ.

അജ്ഞാതകർത്തൃകങ്ങളായവ, ബോധപൂർവ്വം സാഹിത്യാഭിരുചിയോടെ എഴുതപ്പെടുന്നവ എന്നിങ്ങനെ ബാലഡ്കളെയും എപ്പിക്കുകളെയും തരംതിരിക്കാറുണ്ട്. അജ്ഞാതകർത്തൃകങ്ങളായ പാരമ്പര്യഗാനങ്ങൾ നാടൻ കഥാഗാനങ്ങളാണ്. അവ രചിക്കപ്പെട്ടതെങ്ങനെ എന്ന ചോദ്യത്തിന് പ്രസക്തിയില്ല. പ്രാഥമികമായും അവ വാചികമായി പകർന്നുവരുന്നതും മാറ്റത്തിനു വിധേയവുമാണ്.[2] ഒരു ജനകീയസ്വഭാവം അവയ്ക്കുണ്ടാകും. അവ സാമാന്യ ജനങ്ങൾക്കുവേണ്ടിയുള്ളതും സാമാന്യ ജനങ്ങളാൽ സംരക്ഷിതവുമാണ്.

നാടൻ ആഖ്യാനഗാനങ്ങളെ പ്രാക്തന മനസ്സുകളുടെ ശുദ്ധമായ ആവിഷ്കരണങ്ങളായി പരിഗണിക്കാം. അവ വസ്തുനിഷ്ഠമെങ്കിലും, അവയിൽ സന്താപസന്തോഷാദി വികാരങ്ങൾ പ്രതിഫലിച്ചുകാണുവാൻ കഴിയും. കാര്യമാത്രപ്രസക്തത, സാമാന്യബുദ്ധി എന്നിവയെപ്പോലും നഷ്ടമാക്കുമാറുള്ള അതിശയോക്തിപരമായ പ്രസ്താവനകൾ, ആവർത്തനം എന്നിവകൊണ്ട് നാടൻ ആഖ്യാനഗാനങ്ങളിലെ ശൈലീപ്രയോഗം സവിശേഷവല്ക്കരിക്കപ്പെടാറുണ്ട്.[3] സുസ്വരതയും ശബ്ദമാധുരിയും അവയിൽ പൊതുവെ അനുഭവപ്പെടും.

നാടൻപാട്ടുകഥകൾ

ഉത്തരകേരളത്തിലെ 'പാട്ടുകഥ'കൾക്ക് മറ്റു ദേശങ്ങളിലോ ഭാഷകളിലോ ഉള്ള കഥാഗാനങ്ങളോട് സമാനതകളോ സാദൃശ്യങ്ങളോ യാദൃച്ഛികമായി കണ്ടുവെന്നുവരാം. എന്നാൽ ആ ബന്ധം സ്ഥിരമോ സാർവ്വത്രികമോ ആയിരിക്കുകയില്ല. വടക്കൻപാട്ടുകഥകളുടെ സ്വഭാവവും ധർമ്മവും പരിശോധിച്ചാൽ, അവ പൂർണ്ണമായും പാശ്ചാത്യമാതൃകയി

---

1. C R Shah, *A Book of Narrative Poems*, Culcutta, 1936. p. (vii)
2. Richard M Dorson, (Ed.), *Folklore and Folklife - An introduction*, Chicago, 1972. p. 85.
3. *Ibid* p. 89.

ലുള്ള 'ബാലഡു'കളാണെന്ന് പറയുവാൻ സാധിക്കുകയില്ല. ഇതിവൃത്ത ത്തിലും രൂപത്തിലും അവതരണസ്വഭാവത്തിലും സാധർമ്മ്യത്തേക്കാൾ വൈധർമ്മ്യമാണുള്ളത്.

കഥാഗാനങ്ങളെ 'ബാലഡ്' എന്നുപറയുമ്പോൾ, 'ബാലഡു'കളുടെ മുഴുവൻ ധർമ്മവും അത് സൂചിപ്പിക്കുന്നില്ലെന്നുവരും. 'ബാലറെ' എന്ന പദവുമായി 'ബാലഡു'കൾക്കുള്ള ബന്ധം അപ്പോൾ വിസ്മരിക്കപ്പെടു കയാണ് ചെയ്യുന്നത്. വടക്കൻ 'പാട്ടുകഥ'കൾ പ്രായേണ നൃത്തങ്ങൾക്കു വേണ്ടിയുള്ളവയല്ല. 'ഉറക്കെ പാടുവാനോ, ചൊല്ലുവാനോ ഉള്ള ഒരു കഥ'[4] എന്ന സാമാന്യവും പരിമിതവുമായ അർത്ഥമേ വടക്കൻ 'പാട്ടുകഥ'കളെ സംബന്ധിച്ച് എടുത്തുപറയുവാനുള്ളൂ.

വടക്കൻ പാട്ടുകൾക്ക് നാടൻ കഥാപാരമ്പര്യവും അവകാശപ്പെടു വാൻ വഴി കാണുന്നില്ല. കഥ അവതരിപ്പിക്കുക എന്നത് ഈ പാട്ടുക ളുടെ പ്രത്യേകതയാണ്. പക്ഷേ, ആ കഥകൾ പറഞ്ഞുനടക്കുന്ന പതി വില്ല. കൃഷിപ്പണിയിൽ ഏർപ്പെടുമ്പോഴും മറ്റും ഉച്ചത്തിൽ പാടുക മാത്ര മാണ് പതിവ്. എന്നാൽ, നാടൻകഥകളിൽ സർവ്വസാധാരണമായി കണ്ടു വരാറുള്ള ഇതിവൃത്തങ്ങൾ വടക്കൻപാട്ടുകഥകളിൽ ദുർല്ലഭമായെങ്കിലും കാണുന്നുണ്ട്.

വീരചരിതവർണ്ണനകൾ, അമാനുഷഘടകങ്ങളുടെ ബന്ധം, പോരാ ളികളുമായുള്ള കലഹം, കഥാപാത്രങ്ങളുടെ സവിശേഷസഞ്ചാരം, വീര പ്രതിജ്ഞ തുടങ്ങിയവ വീരേതിഹാസങ്ങളുടെ സവിശേഷതയാണല്ലോ. വടക്കൻപാട്ടുകഥകളിൽ ഇത്തരം കാര്യങ്ങൾ സ്വാഭാവികമായും കാണാ റുണ്ട്. എന്നാൽ, ഇതുകൊണ്ടുമാത്രം അവയെ നാടൻ ഇതിഹാസങ്ങ ളായി കാണേണ്ടതില്ല. ഒറ്റപ്പെട്ട പാട്ടുകഥകളെ ഇതിഹാസഗാനമെന്ന് ഒരി ക്കലും പറയുവാൻ പറ്റുകയുമില്ല.

വടക്കൻപാട്ടുകഥകളിൽ 'വീരപ്പാട്ടു'കൾ ഉണ്ടെങ്കിലും, വടക്കൻപാട്ടു കളെല്ലാം വീരചരിതങ്ങളല്ല. വീരാപദാനപരമല്ലാത്ത എത്രയോ പാട്ടുക ഥകൾ ഉണ്ട്.

ഫോക് ബാലഡുകളുടെയും ഫോക് എപ്പിക്കുകളുടെയും വീരാപ ദാനഗാനങ്ങളുടെയും സവിശേഷതകൾ പലതുമുള്ളതും, ഉപത്യ പുരാ വൃത്തം (ലോവർമിത്ത്), ഐതിഹ്യം, ചരിത്രം, റൊമാൻസ്, അലൗകിക സങ്കല്പങ്ങൾ തുടങ്ങിയ പല ഘടകങ്ങൾ കലർന്നതും അത്യുത്തര കേര ളത്തിലെ സാമാന്യവ്യവഹാര ഭാഷാപദങ്ങളും പ്രയോഗങ്ങളും ധാരാളം കാണുന്നതുമായ ജനകീയ കഥാഗാനങ്ങളാണ് വടക്കൻ പാട്ടുകഥകളെന്ന് ചുരുക്കത്തിൽ പറയാം.

---

4. William Benton (Publisher), Britanica J, Encyclopedia Vol-3, Chicago, 1980. p. 32.

പാട്ടുകഥകളുടെ ജനകീയസ്വഭാവം

കേരളത്തിലെ മറ്റേതു കഥാഗാനങ്ങളെക്കാളും ജനകീയസ്വഭാവം വടക്കൻ 'പാട്ടുകഥ'കൾക്കുണ്ട്. ഡോ. ഗുണ്ടർട്ട്, വില്യം ലോഗൻ, ഡോ. അച്യുതമേനോൻ തുടങ്ങിയവരെല്ലാം ഈ പാട്ടുകഥകളുടെ ജനരഞ്ജക സ്വഭാവം (പോപ്പുലാരിറ്റി) പ്രത്യേകം സൂചിപ്പിച്ചിരിക്കുന്നു.[5] അതിനാൽ, മറ്റു കഥാഗാനങ്ങളെ അപേക്ഷിച്ച് വടക്കൻപാട്ടുകഥകൾക്ക് എന്തെങ്കിലും പ്രത്യേകതയുണ്ടോ എന്ന് അറിയേണ്ടിയിരിക്കുന്നു.

1. അനുഷ്ഠാനങ്ങളുടെ അഭാവം

വടക്കൻപാട്ടുകഥകൾ അനുഷ്ഠാനപരമല്ല. എന്നാൽ, മലയാളത്തിലെ കഥാഗാനങ്ങളിൽ പകുതിയിലേറെയും അനുഷ്ഠാനങ്ങളുമായി ഏതെങ്കിലും വിധത്തിൽ ബന്ധപ്പെടുന്നുണ്ട്.

2. അവതരണത്തിലുള്ള നിയന്ത്രണങ്ങളുടെ അഭാവം

നാടൻപാട്ടുകളിൽ പലതിനും പാടുന്നതിലും അവതരിപ്പിക്കുന്നതിലും സ്ഥലകാലാദിനിയന്ത്രണങ്ങൾ കാണാറുണ്ട്. വടക്കൻപാട്ടുകഥകൾക്ക് ഇത്തരം നിയന്ത്രണങ്ങളോ വിലക്കുകളോ ഇല്ല.

3. പാടുന്ന സംഘം

വടക്കൻപാട്ടുകൾ പാടുന്നതിൽ സ്ത്രീപുരുഷഭേദമില്ല. ഞാറു നടുകയും കള പറിക്കുകയും ചെയ്യുന്നത് പ്രായേണ സ്ത്രീകളായതിനാൽ അവരാണ് കൂടുതൽ പാടുന്നത്. എന്നാൽ, പുരുഷന്മാരും പാടാറുണ്ട്.

4. ജാതി-വർഗ്ഗ നിരപേക്ഷത

നാടൻപാട്ടുകളിൽ പലതും സാമുദായിക ഗാനങ്ങളാണല്ലോ. എന്നാൽ, വടക്കൻപാട്ടുകൾക്ക് ആ സ്വഭാവമില്ല. നിരക്ഷരരായ ഗ്രാമീണ കർഷകരുടെ പൊതുവായ ഗാനസമ്പത്താണവ.

5. അവതരണ ശൈലി

മുൻപാട്ടുകാരും പിൻപാട്ടുകാരും കൂടിയാണ് വടക്കൻപാട്ടുകഥകൾ പാടുന്നത്. പാട്ട് ഭംഗിയിൽ പാടുവാൻ കഴിയുന്ന ആൾ ആദ്യം പാടും. രണ്ടോ നാലോ അതിൽ കൂടുതലോ പേർ അത് ഏറ്റുപാടും.

---

5. Dr. Gundert, Malayalam and English Dictionary, Mangalore, 1872 p. 419.
Dr. C Achutha Menon, Aluthacean and his age. p -29.
William Logan, Malabar Vol. I p.96

6. ഓർമ്മയുടെയും സന്ധാനത്തിന്റെയും സമ്പ്രദായം

വടക്കൻപാട്ടുകഥകൾ പാടുന്നവർ പാട്ടുമുഴുവൻ ഹൃദിസ്ഥമാക്കാറില്ല. പാടിപ്പാടി കഥാഗതി മുന്നോട്ട് കൊണ്ടുപോകുവാൻ അവർക്ക് പ്രത്യേകം കഴിവുണ്ട്. ശീഘ്രതരമായി പാട്ട് കെട്ടിച്ചമയ്ക്കുവാനുള്ള സവിശേഷ വൈദഗ്ദ്ധ്യമാണത്. ഇതിന് അടിസ്ഥാനം മറ്റുള്ളവയാൽ പകരം വയ്ക്കാവുന്ന അടിസ്ഥാനപരമായ പദങ്ങളുടെ ഒരു നിശ്ചിതപ്രയോഗരീതിയത്രെ.[6]

7. ശുദ്ധമായ വാങ്മയ സംക്രമണം

തികച്ചും വാങ്മയ പാരമ്പര്യം അവകാശപ്പെടാവുന്ന നാടൻപാട്ടുകളാണിവ. ചില നാടൻപാട്ടുകൾക്ക് താളിയോലകളിലും മറ്റും എഴുതിയ ലിഖിതരൂപങ്ങൾ കാണുവാൻ കഴിയും. എന്നാൽ വടക്കൻപാട്ടുകൾക്ക് അത്തരം ലിഖിതരൂപങ്ങളൊന്നുമില്ല.

8. പാഠഭേദം

നാടൻപാട്ടുകൾക്കെല്ലാം പൊതുവെ പാഠഭേദങ്ങൾ ഉണ്ടാകുമെങ്കിലും വടക്കൻപാട്ടുകൾക്കുള്ളത്ര പാഠഭേദങ്ങൾ മറ്റുള്ളവയിൽ ഇല്ലെന്നുതന്നെ പറയാം. ഒരു പാട്ടുകാരൻതന്നെ ആദ്യം പാടിയ പാട്ട് രണ്ടാമതു പാടുമ്പോൾ പല പാദങ്ങളിലും പദങ്ങളിലും മാറ്റങ്ങൾ ഉണ്ടാകാറുണ്ട്.

9. ഉന്നത സംസ്കാരത്തിന്റെ സ്വാധീനതകളില്ലായ്മ

ഉന്നത സംസ്കാരസ്വാധീനം പലപ്പോഴും നാടൻപാട്ടുകളിൽ കാണാൻ കഴിയും. എന്നാൽ, വടക്കൻപാട്ടുകഥകൾ ബാഹ്യ സ്വാധീനതകളിൽനിന്ന് മുക്തമാണ്. ഇതിഹാസാദികളുടെയോ അധിത്യപുരാവൃത്ത (ഹയർമിത്ത്)ങ്ങളുടെയോ ലോകത്തേക്ക് വടക്കൻപാട്ടുകഥകൾ പ്രവേശിക്കുന്നില്ല.

പേരും പ്രയുക്തിയും

ഉത്തരകേരളത്തിലെ ജനരഞ്ജകങ്ങളായ പാട്ടുകഥ (പോപ്പുലർ നെറെയ്റ്റീവ് സോങ്)കൾ വിവിധ പേരുകളിലാണ് അറിയപ്പെടുന്നത്. അവയുടെ ധർമ്മം പലതാണ്. പ്രയുക്തിയിലും വൈവിദ്ധ്യമുണ്ട്. 'വടക്കൻപാട്ടുകൾ' എന്ന പേരിലാണ് ഇവ സാഹിത്യലോകത്ത് പരിചയപ്പെട്ടിട്ടുള്ളത്. ദേശാടിസ്ഥാനത്തിലുള്ള ഈ പേര് ആദ്യമായി പ്രയോഗിച്ചത് ആരെന്ന് നിശ്ചയമില്ല. ഡോ. ഗുണ്ടർട്ട് 'വടക്കൻപാട്ട്' എന്ന പദം

6. Richard M Dorson, p. 109.

തന്റെ നിഘണ്ടു (1872)വിൽ ചേർത്തിട്ടുണ്ട്. 'തച്ചോളിപ്പാട്ട്' എന്നു മാത്ര മാണ് അദ്ദേഹം അതുകൊണ്ട് വിവക്ഷിക്കുന്നത്.[7]

വില്യം ലോഗൻ 'തച്ചോളിപ്പാട്ടി'നെപ്പറ്റി പ്രസ്താവിക്കുകയും ഒതേ നൻ 'പൊന്നിയംപട'യ്ക്കു പോയ കഥാഭാഗം വിവർത്തനം ചെയ്ത് ചേർക്കുകയും ചെയ്തിട്ടുണ്ട്. എന്നാൽ, 'വടക്കൻപാട്ട്' എന്ന വാക്ക് അദ്ദേഹം ഉപയോഗിച്ചുകാണുന്നില്ല. ജനങ്ങളുടെ സാധാരണ ഭാഷയിൽ അവർക്ക് ഇഷ്ടമുള്ള വിഷയങ്ങളെക്കുറിച്ചുണ്ടായ പാട്ടുകളിൽ ഏറ്റവും ജനകീയമായവ തച്ചോളിപ്പാട്ടുകളാണെന്നുകൂടി അദ്ദേഹം പ്രസ്താവി ക്കുന്നു.[8]

മലയാളഭാഷാചരിത്രകാരനായ പി ഗോവിന്ദപ്പിള്ളയും കേരള ഭാഷാ സാഹിത്യചരിത്രം എഴുതിയ ആർ നാരായണപ്പണിക്കരും 'തച്ചോളി പ്പാട്ടു'കളെയാണ് 'വടക്കൻപാട്ടു'കളായി ചിത്രീകരിച്ചത്. മഹാകവി ഉള്ളൂ രാകട്ടെ, തച്ചോളിപ്പാട്ടുകളെ മാത്രമല്ല, പുത്തൂരംപാട്ടുകളെയും വടക്കൻ പാട്ടുകളായിക്കണ്ടു.[9] എന്നാൽ, തച്ചോളിപ്പാട്ടിന്റെ മാതൃകയിൽ ഉണ്ടായ മറ്റു പാട്ടുകൾക്കെല്ലാം 'തച്ചോളിപ്പാട്ട്' എന്ന് ചിലർ പേര് നല്കിക്കാണു ന്നു. മദിരാശി സർവ്വകലാശാല പ്രസിദ്ധീകരിച്ച 'വടക്കൻപാട്ടു'കളുടെ രണ്ടും മൂന്നും വാല്യങ്ങളിൽ[10] ഈ നോട്ടക്കുറവ് സംഭവിച്ചിട്ടുണ്ട്. തച്ചോ ളിപ്പാട്ടുകൾ, പുത്തൂരംപാട്ടുകൾ എന്നീ കഥാഗാനശൃംഖലകൾക്കു പുറമെ 'ഒറ്റപ്പാട്ടുകൾ' എന്ന ഒരിനംകൂടി വടക്കൻപാട്ടുകളിൽ ഉണ്ടെന്ന് സൂചി പ്പിച്ചത് എം സി അപ്പുണ്ണിനമ്പ്യാരാണ്.

ഒരു നാടൻഗാനരൂപത്തിന് അതിന്റെ പ്രയോഗം കണക്കിലെടുത്ത് പേര് സിദ്ധിക്കാം. അതിനാൽ വടക്കൻപാട്ടുകഥകളുടെ പ്രയുക്തിയും അതിന്റെ അടിസ്ഥാനത്തിൽ ഉണ്ടായ പേരുകളും മനസ്സിലാക്കേണ്ടതുണ്ട്.

വടക്കൻപാട്ടുകഥകൾ ഞാറു നടുമ്പോഴും കളകൾ പറിച്ചുനീക്കു മ്പോഴും പാടാറുള്ളവയാണ്. അതിനാൽ ഇവയ്ക്ക് പൊരിപ്പാട്ട്, കളപ്പാട്ട്, നാട്ടിപ്പാട്ട് എന്നീ പേരുകൾ പറഞ്ഞുവരുന്നു. നെൽച്ചെടികൾ പറിച്ചുന ടുന്നതിനെ 'പൊരിച്ചുനടൽ' എന്ന് പ്രാദേശികമായി പറയും. ഞാറ് ഉറ പ്പിച്ച് നടുന്നതിനെ 'നാട്ടുക' എന്നാണ് പറയാറുള്ളത്. 'നാട്ടിപ്പാട്ട്' എന്ന പേരുണ്ടായത് അപ്രകാരമാണ്. ഈ പാട്ടുകഥകളെ ചിലേടങ്ങളിൽ 'തൊരംപാട്ട്' എന്ന് പറയും. 'തൊരം' എന്നതിന് 'പണി' എന്നാണ് അർത്ഥം.

---

7. *Modern popular romance of No. Poets, Chiefily about the* തച്ചോളിക്കുറുപ്പ് *ഒതേനൻ* – മലയാളം & ഇംഗ്ലീഷ് നിഘണ്ടു, പു. 419, 901.
8. ലോഗന്റെ *മലബാർ മാന്വൽ* (വിവ. ടി വി കൃഷ്ണൻ), കോഴിക്കോട്, 1985. പു. 91.9. മഹാകവി ഉള്ളൂർ, *കേരള സാഹിത്യചരിത്രം* - ഒന്നാം വാല്യം, തിരുവനന്തപുരം, 1967, പു. 247.
10. Dr. S K Nair, *Ballads of North Malabar*, Vol. II, III, Madras, 1955, 1956.

വനപ്രദേശങ്ങളിൽ പുനംകൃഷിക്ക് കിളച്ച് വിത്തിടുമ്പോൾ പാടാറുള്ള 'വിത്തുകിളപ്പാട്ടും', മത്സരിച്ച് ഞാറ് നടുമ്പോൾ പാടുന്ന 'കുണ്ഡംവലി'പ്പാട്ടും, കൃഷിപ്പണിക്കാർ വിനോദാർത്ഥം ഇരുവിഭാഗമായി മത്സരിച്ചു പാടുന്ന 'പോർപ്പാട്ടു'കളും, വിവാഹത്തിനു പാടുന്ന മങ്ങലപ്പാട്ടുകളിൽപ്പെട്ട 'അരവുപാട്ടു'കളും, കോഴിക്കോട് ജില്ലയിലെ വടകര, കടത്തനാട് തുടങ്ങിയ പ്രദേശങ്ങളിൽ വിനോദകലാപ്രകടനമായ 'തച്ചോളിക്കളി'ക്ക് പാടുന്ന പാട്ടുകളും വടക്കൻപാട്ടുകഥകളുടെ പാരമ്പര്യം ഉൾക്കൊള്ളുന്നവയാണ്.

അത്യുത്തരകേരളത്തിലെ പല ഗ്രാമപ്രദേശങ്ങളിലും ഈ പാട്ടുകഥകളെ 'ചാരൻപാട്ട്' എന്നാണ് പറയാറുള്ളത്. ഈ പദത്തിന്റെ നിഷ്പത്തിയെപ്പറ്റി സംശയരഹിതമായ ഒരഭിപ്രായം പറയുവാൻ പ്രയാസമുണ്ട്. 'ചാരണൻ' എന്ന പദം 'ചാരൻ' എന്നായതാണ് എന്ന് കരുതുവാൻ യുക്തിപോരാ. പാട്ടും കഥകളുമായി രാജസഭകളിൽച്ചെന്ന് ധർമ്മനീതി ഉപദേശിക്കുന്ന ചാരണന്മാർ വേദോപനിഷത് കാലത്തിനുംമുമ്പേ ഉണ്ടായിരുന്നുവത്രെ. എന്നാൽ, ഉത്തരകേരളത്തിലെ ജനകീയകഥാഗാനങ്ങൾക്ക് ആ വക പാരമ്പര്യമൊന്നും അവകാശപ്പെടുവാനില്ല.

'ചാരൻ' എന്ന ശബ്ദത്തിന് തരംപോലെ രൂപംമാറുന്നവൻ, അറിയപ്പെടേണ്ട കാര്യം നിധാനം ചെയ്യപ്പെടുന്നവൻ, ഒളിച്ചു നടക്കുന്നവൻ, ഗമനശീലൻ എന്നിങ്ങനെ പല അർത്ഥവിശേഷങ്ങളും ഉണ്ട്.[11] 'ചാരഭടൻ' എന്നതാകട്ടെ 'ധീരനായ പടയാളി', എന്ന അർത്ഥം ഉൾക്കൊള്ളുന്ന പദമാണ്. പാട്ടുകഥകളിൽ ഇവിടെ സൂചിപ്പിച്ച സ്വഭാവവും സവിശേഷതകളുമുള്ള കഥാപാത്രങ്ങളെ കണ്ടെത്താൻ കഴിയും. എന്നാൽ, പാട്ടുകഥകളെല്ലാം ഈ സ്വഭാവമുള്ളവയല്ല. സംസ്കൃതശബ്ദങ്ങളുടെ അർത്ഥവിശേഷങ്ങൾ ഉൾക്കൊള്ളുന്നവയാണ് ജനകീയഗാനങ്ങളെന്ന് വിചാരിപ്പാനും ന്യായം കാണുന്നില്ല.

'ചാറ്റുക' എന്ന പദത്തിന് ഉറക്കെ പാടുക എന്നോ ഉറക്കെ പറയുക എന്നോ അർത്ഥമെടുക്കാം. ചാറ്റൽപ്പാട്ട് എന്നത് ചാരൽപ്പാട്ടും, പിന്നീട് ചാരൻപാട്ടും ആയതായിരിക്കാം. നെൽക്കൃഷിപ്പാടങ്ങളിൽനിന്ന് ഉറക്കെ പാടുന്നവയാണ് ഈ കഥാഗാനങ്ങളെന്ന വസ്തുതയും കണക്കിലെടുക്കേണ്ടതായുണ്ട്.

ഈ ചാരൻപാട്ടുകൾ നാടൻപാട്ടുകഥകളാണ്. ആഖ്യാനത്തിനും പാട്ടിനും അതിൽ പ്രാധാന്യമുണ്ട്. വടക്കൻപാട്ടുകളെ 'പാട്ടുകഥ' എന്ന് വ്യവഹരിക്കുന്നതിന്റെ ഔചിത്യം അതായിരിക്കണം.

---

11. പരമേശ്വരൻ മൂസ്സത്, അമരം പാരമേശ്വരി, കോട്ടയം, 1983. പു. 544.

വർഗ്ഗീകരണത്തിന്റെ ഉപാധികൾ

പുരാണം, ഇതിഹാസം, മതം, സമുദായം തൊട്ടുള്ള ഉപാധികളെ ആസ്പദമാക്കിയുള്ള വർഗ്ഗീകരണരീതി വടക്കൻപാട്ടുകഥകളെ സംബന്ധിച്ച് സംഗതമായി തോന്നുന്നില്ല. ചരിത്രം, ദേശചരിത്രം, ഐതിഹ്യം എന്നിവയുമായി ബന്ധപ്പെട്ട ആശയങ്ങൾ ചില പാട്ടുകഥകളിൽ കാണാം. നാടുവാഴികൾ, രാജവംശങ്ങൾ, ഐതിഹ്യപുരുഷന്മാർ എന്നിവയുമായി ബന്ധപ്പെട്ട പാട്ടുകഥകൾ ഉണ്ട്. പക്ഷേ, ചരിത്രവും സങ്കല്പവും വേർതിരിക്കാൻ കഴിയാത്തവിധം കൂടിക്കലർന്നാണിരിക്കുന്നത്.

രസാനുഭൂതി

വീരം, പ്രേമം (രതി), കരുണം (ശോകം), ഹാസ്യം (നർമ്മം), അത്ഭുതം എന്നീ രസങ്ങൾ വടക്കൻപാട്ടുകഥകളിൽ കൂടുതൽ ആവിഷ്കൃതമായിട്ടുണ്ട്. അവ പലപ്പോഴും സമ്മിശ്രമായിരിക്കും. ഒന്നിനെ തള്ളി നീക്കി മറ്റൊന്ന് എന്നമട്ടിൽ അനേകം ഭാവങ്ങളുടെ പ്രതീതി ജനിപ്പിക്കുന്ന ഭാവശബളത ചില പാട്ടുകഥകളിൽ അനുഭവപ്പെടും. അതിനാൽ രസാനുഭൂതിയുടെ അടിസ്ഥാനത്തിൽ പാട്ടുകഥകളെ തരംതിരിക്കുന്നതിൽ പരിമിതികളുണ്ട്. എന്നിരുന്നാലും പ്രേമകഥ, വീരകഥ, ശോകകഥ, നർമ്മ (ഹാസ്യ)കഥ, അത്ഭുതകഥ എന്നീ ഇനങ്ങളെല്ലാം വടക്കൻപാട്ടുകഥകളിൽ ഉണ്ടെന്ന വസ്തുത നിഷേധിക്കുവാൻ കഴികയില്ല.

മറ്റൊരു രീതി

പാട്ടുകളുടെ ദൈർഘ്യം, കഥാഗതിയിലുള്ള വിടവ്, കഥകളുടെ പരസ്പരാശ്രയബന്ധം തൊട്ടുള്ള ഉപാധികളെ അടിസ്ഥാനമാക്കി വടക്കൻ പാട്ടുകഥകളെ വർഗ്ഗീകരിക്കാവുന്നതാണ്.

'കഥാസൂചക'ങ്ങളായ പാട്ടുകളാണ് ചിലവ. കഥ മുഴുവൻ പാടാതെ ചില ഭാഗങ്ങൾ മാത്രം എടുത്തുപാടുന്ന പതിവുണ്ട്. പോർപ്പാട്ടുകൾ അതിനു തെളിവാണ്.

ഭാഗികപൂർണ്ണമായ പാട്ടുകളാണ് മറ്റുചിലവ. ഏതെങ്കിലും വ്യക്തിയുടെയോ വംശത്തിന്റെയോ കുടുംബത്തിന്റെയോ സംഭവത്തിന്റെയോ കഥകൾ പൂർണ്ണമായി ലഭിച്ചില്ലെന്നുവരാം. അതേസമയം, കിട്ടിയ ഭാഗം കൊണ്ടുതന്നെ അവ സ്വയം പൂർണ്ണമാകാം. പയ്യമ്പള്ളി ചന്തു, മുരിക്കഞ്ചേരി കേളു, കോറോത്ത് കുടക്കൽ കുഞ്ഞിക്കണ്ണൻ, ചില രാജവംശ സംബന്ധികളായ പാട്ടുകൾ എന്നിവ ഈ വിഭാഗത്തിൽപ്പെടും.

'ഒറ്റക്കഥ'കളാണ് മറ്റൊരിനം. സ്വതന്ത്രങ്ങളായ ഈ പാട്ടുകഥകൾ സങ്കീർണ്ണമല്ലാത്ത ചെറിയ ഇതിവൃത്തങ്ങളാണ് അവതരിപ്പിക്കുന്നത്.

വടക്കൻപാട്ടുകഥകളിൽ 'പാട്ടുകഥാചക്ര' (നരേറ്റീവ് സോങ്

സൈക്കിൾ)ങ്ങളും കാണാം. അനേകം പാട്ടുകഥകൾ ഒന്നിച്ചുചേർത്ത് ക്രമീകരിച്ചാൽ ഉണ്ടാകുന്ന, സുദീർഘമായ ഇതിവൃത്തമുള്ള, പാട്ടുകഥാ മാലയാണ് 'പാട്ടുകഥാചക്രം.' ഒറ്റയൊറ്റക്കഥകൾ ഒന്നിച്ചു ചേരുമ്പോൾ ഒരു ഐതിഹാസിക ഗൗരവം അവയ്ക്കു കൈവരാം. വടക്കൻപാട്ടുകഥ കളിൽ പുത്തൂരം പാട്ടുകൾ 'പാട്ടുകഥാ' ചക്രത്തിന് നല്ലൊരു ദൃഷ്ടാന്ത മാണ്. പരസ്പരബദ്ധങ്ങളായ ഏഴെട്ടുപാട്ടുകൾ പുത്തൂരം കുടുംബത്തെ സംബന്ധിച്ചുണ്ടല്ലോ.

ഒരു കുടുംബത്തെയോ വ്യക്തിയെയോ സംബന്ധിച്ച അനേകം പാട്ടു കൾ ഒന്നിച്ചെടുത്താൽ അവ 'പാട്ടുകഥാചക്ര'മാകുമെങ്കിലും, ആ പാട്ടു കളുടെ പരസ്പരബന്ധം സുദൃഢമായിരിക്കണമെന്നില്ല. കാലക്രമത്തിൽ അടുക്കിവയ്ക്കുവാൻ കഴിയാത്ത 'ശിഥിലകഥാഗാനചക്ര'മായിട്ടാണ് അതിനെ പരിഗണിക്കേണ്ടത്. തച്ചോളിപ്പാട്ടുകൾ ഇതിന് ദൃഷ്ടാന്തമാണ്.

ഇതിവൃത്താപഗ്രഥനരീതി

മേൽപ്രസ്താവിച്ച വിഭജനക്രമങ്ങളിൽ ഏതെങ്കിലുമൊരു രീതി മാത്രം പിന്തുടരുന്നതിന് പല പരിമിതികൾ ഉണ്ട്. വിവിധ വർഗ്ഗീകരണ ക്രമങ്ങളുടെ സദംശങ്ങൾ ഉൾക്കൊണ്ടുകൊണ്ടുള്ള രീതി അഭികാമ്യ മാണ്. വിപുലമായ വടക്കൻപാട്ടുകഥാശേഖരത്തെ വർഗ്ഗീകരിച്ചു കാണി പ്പാൻ താഴെ കുറിക്കുന്ന രീതിയാണ് ഗ്രന്ഥകാരൻ സ്വീകരിച്ചിട്ടുള്ളത്.

1) പുത്തൂരം പാട്ടുകഥകൾ – 'പാട്ടുകഥാചക്ര'മെന്ന നിലയിൽ
2) തച്ചോളിപ്പാട്ടുകഥകൾ – 'ശിഥിലകഥാഗാനചക്ര'മെന്ന നിലയിൽ
3) രാജവംശസംബന്ധികളായ പാട്ടുകഥകൾ – ഭാഗികപൂർണ്ണം
4) കന്നിമാരെക്കുറിച്ചുള്ള പാട്ടുകഥകൾ
5) വീരകഥപ്പാട്ടുകൾ
6) അത്ഭുതകഥപ്പാട്ടുകൾ
7) ദിവ്യകഥപ്പാട്ടുകൾ
8) പലതരം ഒറ്റക്കഥപ്പാട്ടുകൾ

ഈ വിഭജനക്രമം കുറ്റമറ്റതാണെന്ന് അവകാശപ്പെടുന്നില്ല. വടക്കൻ പാട്ടുകഥകളിൽ ഒന്നുപോലും പുറംതള്ളാതെ എട്ടു വിഭാഗങ്ങളിൽ ഉൾപ്പെ ടുത്തിയിട്ടുണ്ടെന്നുമാത്രം.

സമാഹരണചരിത്രം

ഉത്തരകേരളത്തിലെ ജനകീയ കഥാഗാനങ്ങളുടെ (വടക്കൻപാട്ടു കഥകളുടെ) സമാഹരണത്തിന് ശ്രമിച്ച ഒരു പണ്ഡിതനാണ് പേർസി മാക്വീൻ. ഏകദേശം നാന്നൂറോളം പാട്ടുകൾ അദ്ദേഹം ശേഖരിച്ചിരുന്ന വെന്ന് പറയപ്പെടുന്നു. ആ ശേഖരത്തിൽനിന്ന് ഡോ. അച്യുതമേനോൻ

തന്റെ പഠനത്തിനും പുസ്തകപ്രസിദ്ധീകരണത്തിനുംവേണ്ടി കുറേ പാട്ടുകൾ സ്വീകരിച്ചിട്ടുണ്ട്. പേർസിമാകിീന്റെ ശേഖരത്തിലെ മറ്റു പാട്ടുകളെപ്പറ്റി യാതൊരു വിവരവും ലഭിച്ചിട്ടില്ല. തലശ്ശേരിയിലെ അടിയേരി കുഞ്ഞിരാമൻ എന്നയാളുടെ സഹായത്തോടെ 1913 നും 1919 നുമിടയിലാണ് താൻ പാട്ടുകൾ ശേഖരിച്ചതെന്ന് പേർസിമാകിീൻ പ്രസ്താവിച്ചിട്ടുണ്ട്. പക്ഷേ, സമാഹരിച്ച പാട്ടുകളുടെ എണ്ണമോ, പേരുകളോ എവിടെയും രേഖപ്പെടുത്തിക്കണ്ടില്ല.

ഈ ജനകീയഗാനങ്ങളുടെ ശേഖരണം 19-ാം നൂറ്റാണ്ടിൽത്തന്നെ ഗുണ്ടർട്ടും ഡയസും ലോഗനും വ്യക്തമായി നടത്തിയിരുന്നുവെന്നാണ് പേർസിമാകിീൻ പ്രസ്താവിച്ചിട്ടുള്ളത്. ഗുണ്ടർട്ടിന്റെ ശേഖരത്തിൽപ്പെട്ട പതിനൊന്ന് പാട്ടുകൾ (തച്ചോളിപ്പാട്ടുകൾ) അടുത്തകാലത്ത് പ്രസിദ്ധീകൃതമായിട്ടുണ്ട്. മറ്റു ശേഖരങ്ങൾക്ക് എന്തു സംഭവിച്ചുവെന്ന കാര്യം വ്യക്തമല്ല. വില്യം ലോഗൻ *മലബാർ മാന്വലിൽ* തച്ചോളി ഉദയനൻ 'പൊന്നിയംപട'യ്ക്കു പോയ കഥാഭാഗം തർജ്ജുമചെയ്ത് ചേർത്തിട്ടുണ്ട്.

വടക്കൻ പാട്ടുകളുടെ പ്രസിദ്ധീകരണത്തിൽ ചില പുസ്തകശാലക്കാർ മുൻകൈയെടുത്തു. ഭാരതവിലാസം അച്ചുകൂടം (തൃശ്ശൂർ), എസ് ടി റഡ്യാർ പ്രസ് (കൊല്ലം), എ ആർ പി പ്രസ് (കുന്നംകുളം) എന്നിവർ 'വടക്കൻപാട്ടു'കൾ പ്രസിദ്ധീകരിച്ചിട്ടുള്ളത് എഡിറ്റിങ്ങിലും പാഠശുദ്ധിയിലും വേണ്ടത്ര ശ്രദ്ധിക്കാതെയാണെങ്കിലും, അവയുടെ എത്രയോ പതിപ്പുകൾ വിറ്റഴിഞ്ഞിട്ടുണ്ട്. ഒരേ പാട്ടുകൾ തന്നെയാണ് ഇവർ മിക്കവാറും പ്രസിദ്ധീകരിച്ചിട്ടുള്ളത്. പാട്ടുകളുടെ ക്രമം മാറ്റിയിട്ടുണ്ടെന്നുമാത്രം.

മദിരാശി സർവ്വകലാശാല വടക്കൻ പാട്ടുകളുടെ മൂന്ന് വാള്യങ്ങൾ പ്രസിദ്ധീകരിച്ചു. ഡോ. അച്യുതമേനോൻ എഡിറ്റ്ചെയ്ത്, ഒരു സാമാന്യ നിരൂപണത്തോടുകൂടിയാണ് ഒന്നാം വാള്യത്തിന് രൂപംനല്കിയത്. *Ballads of North Malabar* (വടക്കൻപാട്ടുകൾ) എന്ന ഗ്രന്ഥപരമ്പരയുടെ മറ്റു രണ്ട് വാള്യങ്ങൾ ഡോ. എസ് കെ നായരാണ് എഡിറ്റുചെയ്തത്. ഈ ഗ്രന്ഥങ്ങളിൽ പേർസിമാകിീന്റെ ശേഖരത്തിലെ പാട്ടുകൾ ചേർത്തിട്ടുണ്ടെന്ന് ആമുഖത്തിൽ സൂചിപ്പിച്ചുകാണാം. ഈ മൂന്ന് വാള്യങ്ങളിലും കൂടി നാല്പത്തേഴ് (12 + 17 + 18) പാട്ടുകൾ അടങ്ങുന്നു.

എം സി അപ്പുണ്ണിനമ്പ്യാർ 25 പാട്ടുകളടങ്ങിയ ഒരു സമാഹാരം പ്രസിദ്ധീകരിച്ചിട്ടുണ്ട്. ഒറ്റപ്പെട്ട ചില സമാഹരണങ്ങളുമുണ്ട്. എം കൃഷ്ണൻ 'പഴശ്ശിരാജ' എന്ന ഒരുപാട്ടും. കെ പി കുഞ്ഞിക്കണ്ണൻ 'കോറോത്ത് കടക്കൽ കുഞ്ഞിക്കണ്ണൻ' എന്ന ഒരു പാട്ടും പുറത്തിറക്കി. ചിറയ്ക്കൽ ടി ബാലകൃഷ്ണൻ നായരുടെ *കേരളഭാഷാഗാനങ്ങൾ* (ഒന്നാംവാള്യം) എന്ന ഗ്രന്ഥത്തിൽ 'മാതുക്കുട്ടി' എന്ന ഒരുപാട്ട് ചേർത്തുകാണാം.

അതിവിപുലമായ നാടൻഗാനധാരയാണ് വടക്കൻപാട്ടുകഥകൾ. ഈ

വസ്തുത കണക്കിലെടുക്കുമ്പോൾ അവയുടെ സമാഹരണം തൃപ്തികരമായി നടന്നിട്ടില്ലെന്ന് മനസ്സിലാകും. ഈ പശ്ചാത്തലത്തിലാണ് ഈ ഗ്രന്ഥകാരൻ ഈ രംഗത്ത് അന്വേഷണം (1989-92) നടത്തിയത്. അപ്രകാശിതങ്ങളായ മുന്നൂറിൽപ്പരം പാട്ടുകഥകൾ ശേഖരിക്കുവാനും പഠനവിധേയമാക്കുവാനും കഴിഞ്ഞത് അപ്രകാരമാണ്. 'പാട്ടുകഥ'കളെ സംബന്ധിച്ച് പലരും വച്ചുപുലർത്തിയിരുന്ന തെറ്റായ ധാരണകൾ നീക്കുവാനും, വടക്കൻപാട്ടുകഥകളിലെ ഇതിവൃത്തത്തിന് എത്രമാത്രം വ്യാപ്തിയും വൈവിദ്ധ്യവും ഉണ്ടെന്ന് വ്യക്തമാക്കുവാനും ആ അന്വേഷണപഠനങ്ങളിലൂടെ ശ്രമിച്ചിട്ടുണ്ട്.

2

മുരിക്കഞ്ചേരി കേളുവിന്റെ പാട്ടുകഥ

വടക്കൻ പാട്ടുകഥകളിൽ പ്രകീർത്തിതനായ ഒരു വീരപുരുഷനാണ് മുരിക്കഞ്ചേരി കേളു. ഈ പടനായരെ സംബന്ധിച്ച വീരകഥപ്പാട്ടുകൾ ചിറയ്ക്കൽ, അറയ്ക്കൽ എന്നീ രാജവംശങ്ങളുടെ ചരിതങ്ങൾ കൂടിയാണ്. കേളുവിനെക്കുറിച്ചുള്ള അഞ്ചു പാട്ടുകഥകളാണ് ഈ ഗ്രന്ഥത്തിൽ ചേർക്കുന്നത്. പരസ്പരബദ്ധവും സുദൃഢവുമായ ഒരു ഇതിവൃത്തം നെയ്തെടുക്കുവാൻ ഈ ഗാനങ്ങളിലൂടെ പൂർണ്ണമായും സാധിക്കുന്നില്ല. അതിനാൽ 'പാട്ടുകഥാചക്ര'മെന്ന് തീർത്തും പറയുവാനാവില്ല. ഭാഗികപൂർണ്ണം എന്ന് പറയാം. കഥാഗതിയിലെ പല ഘട്ടങ്ങളിലും പാഠഭേദങ്ങൾ കാണുന്നുണ്ടെന്നുള്ളതും ശ്രദ്ധേയമാണ്.

ഇതിവൃത്തം
പാട്ട് ഒന്ന്

ചിറയ്ക്കൽ തമ്പുരാൻ നായന്മാരെയുംകൂട്ടി 'കൊട്ടാരം വാതിൽ പടി' നോക്കി വരുവാൻ യാത്ര പുറപ്പെടുന്നു. പല്ലക്കിലാണ് എഴുന്നള്ളത്ത്. അഴീക്കോട് വഴിയാണ് പോകുന്നത്. കൊട്ടാരത്തുംപാറയിലെത്തി. ഇടഭാഗത്ത് ചാലാട്ടുതറയാണ്. ഇരുപത്തിരണ്ടോളം കുട്ടികൾ 'ഇട്ടീംകോലും' എന്ന കളിയിൽ ഏർപ്പെട്ടിരിക്കുന്ന കാഴ്ചയാണ് തമ്പുരാന്റെ ശ്രദ്ധയിൽപ്പെട്ടത്. തമ്പുരാന്റെ വരവ് കണ്ട് ഒരു കുട്ടിയൊഴികെ മറ്റെല്ലാ കുട്ടികളും ഓടിമറഞ്ഞു. മുരിക്കഞ്ചേരി കേളു എന്ന കുട്ടിയാണ് അവിടെ ഒഴിഞ്ഞുപോയത്. അവനെ സംബന്ധിച്ച കാര്യങ്ങളെല്ലാം തമ്പുരാൻ അവനോട് ചോദിച്ചറിഞ്ഞു. തമ്പുരാൻ അവന്റെ വീട്ടിലേക്കെഴുന്നള്ളി, തന്നോടൊപ്പം ആ കുട്ടിയെ വിട്ടുതരണമെന്ന് ആവശ്യപ്പെട്ടു, അമ്മയായ ചെറിയകുട്ടിയുടെയും മറ്റു ബന്ധപ്പെട്ടവരുടെയും സമ്മതത്തോടെ ഏഴു

വയസ്സായ കേളു തമ്പുരാന്റെകൂടെ ചിറയ്ക്കലേക്കു പോകുന്നു. അവൻ വിദ്യകളൊക്കെ പഠിച്ചത് അവിടെവച്ചാണ്. കേളുവിന് ഇരുപത്തിരണ്ട് വയസ്സു പ്രായമായി. തമ്പുരാന് കിട്ടുവാനുള്ള വാരവും പാട്ടവും പിരിച്ചെടുക്കുവാനും കാര്യങ്ങളൊക്കെ നോക്കിനടത്തുവാനും കേളുവിനെ ചുമതലപ്പെടുത്തി. കാര്യങ്ങൾ കൃത്യമായി നടത്തിക്കുവാൻ അവന് കഴിഞ്ഞു. നായന്മാരെയുംകൂട്ടി കേളു കോലത്തുനാട് ചുറ്റിക്കാണുമ്പോൾ തെക്കെ അതിർത്തിയിൽ നല്ലൊരു കുളം കണ്ടു. അതുപോലുള്ള ഒരു കുളം അഴീക്കോടിനു സമീപമുള്ള പാങ്ങളത്തു വയലിൽ കുഴിപ്പിക്കണമെന്ന് കേളു തീരുമാനിച്ചു. തമ്പുരാന്റെ പാട്ടക്കാരെയും കുടിയാന്മാരെയും കണ്ട് പിരിവ് നടത്തിയാണ് അതിനുവേണ്ട ധനം സ്വരൂപിച്ചത്.

കേളു മാടായിക്കോട്ടയിലേക്ക്

ചിറയ്ക്കൽ തമ്പുരാന്റെ ഭരണത്തിൻകീഴിലുള്ള പ്രദേശമായ മാടായിത്തറയുടെ ചുമതല ഏറ്റുനടത്തുവാൻ പ്രാപ്തിയുള്ളവർ ആരുമില്ലാതിരുന്നതിനാൽ, മുരിക്കഞ്ചേരി കേളുവിനെ അവിടേക്ക് അയയ്ക്കുവാൻ തമ്പുരാൻ തീരുമാനിച്ചു. കൈമുതലൊന്നും നല്കാതെയാണ് തമ്പുരാൻ കേളുവിനെ മാടായിക്ക് പറഞ്ഞയച്ചത്. ഒന്നിച്ചയയ്ക്കപ്പെട്ടിരുന്ന നായന്മാരെല്ലാം വഴിയിൽനിന്ന് കേളു അറിയാതെ തിരിച്ചുപോന്നു. കേളു ഒറ്റയ്ക്കാണ് മാടായിപ്പാറയിൽ എത്തിയത്. കോട്ടയുടെ അടയാളമല്ലാതെ കോട്ടയൊന്നും അവിടെ കണ്ടില്ല. കേളു പൊട്ടിക്കരഞ്ഞുപോയി. തിരുവർകാട്ടുകാവിൽ ഭഗവതിയമ്മ തുണയ്ക്കുമെന്ന ഉത്തമവിശ്വാസം മാത്രമേ അവന് ഉണ്ടായിരുന്നുള്ളൂ. അയൽവാസികളായ എല്ലാ വിഭാഗക്കാരുടെയും സഹായസഹകരണത്തോടെ മാടായിപ്പാറയിൽ കോട്ട പുതുക്കിപ്പണിയുവാൻ കേളുവിന് കഴിഞ്ഞു. തിരുവർകാട്ടുകാവിലും പുതിയ സംവിധാനങ്ങൾ ഏർപ്പെടുത്തി. മുട്ടത്തുള്ള ജോനകർ പുളച്ചിരുന്ന കാലമാണത്. കേളു മുട്ടത്തെ പള്ളിയുടെ പൊൻതാഴികയ്ക്ക് വെടിവച്ചു. പിന്നീട് അത് നേരെ നിർത്തുവാൻ കഴിഞ്ഞില്ലത്രെ.

കോട്ടയിലേക്ക് തമ്പുരാന്റെ വരവ്

മാടായിക്കോട്ട പുതുതായി പണിത വിവരം ചിറയ്ക്കൽ തമ്പുരാൻ അറിഞ്ഞു. തമ്പുരാനും കെട്ടിലമ്മയും പരിവാരങ്ങളും കോട്ട കാണുവാൻ വരുന്നുണ്ടെന്ന വിവരം ഓലയെഴുതി കേളുവിനെ അറിയിച്ചു. താൻ വരുമ്പോൾ മൂന്നു മുഴം മുണ്ടും മുന്നാഴിയരിയും മാത്രമേ തമ്പുരാൻ തന്നിട്ടുള്ളുവെന്നും തമ്പുരാനെ സൽക്കരിക്കുവാൻ താൻ ഒരുക്കങ്ങളൊന്നും കൂട്ടുകയില്ലെന്നും കേളു മറുപടി നല്കി. കേളു വാക്ക് പറഞ്ഞുവെങ്കിലും അതൊന്നും പ്രവൃത്തിയിൽ വരുത്തുകയില്ലെന്നാണ് തമ്പുരാൻ കരുതിയത്. എന്നാൽ, കേളുവാകട്ടെ തമ്പുരാനെ സ്വീകരിപ്പാൻ ഒരേർപ്പാടും

ചെയ്തില്ല. തമ്പുരാൻ മാടായിക്കോട്ടയിൽച്ചെന്ന് കേളുവിനെ വിളിച്ചുണർത്തി. തമ്പുരാൻ വെറുംകൈയോടെ തനിച്ച് തന്നെ മാടായിപ്പാറയ്ക്ക് അയച്ചതും പിന്നീട് തന്നെക്കുറിച്ച് ഒന്നും അമ്പേഷിക്കാതിരുന്നതും പതിവാണെന്ന് കേളു കുറ്റപ്പെടുത്തി. ആ വാക്കുകൾ തമ്പുരാനെ കുപിതനാക്കി. താക്കോലുവച്ച് അധികാരമൊഴിഞ്ഞ് കോട്ട വിടുവാനാണ് തമ്പുരാൻ ആവശ്യപ്പെട്ടത്. ഇടങ്ങഴിയും താക്കോലും തനിക്ക് ആരും തന്നിട്ടില്ലെന്നും തിരുവാർകാട്ടുഭഗവതിയുടെ അനുഗ്രഹംകൊണ്ടാണ് കോട്ട പണിയുവാനും മറ്റും തനിക്ക് കഴിഞ്ഞതെന്നും അതിനാൽ കാവിലെ നടയ്ക്കൽമാത്രമേ താൻ താക്കോൽ വയ്ക്കുകയുള്ളുവെന്നും കേളു പറഞ്ഞു. കാവിലെ മേൽശാന്തിയായ മൂത്ത പിടാരരുടെയും നാട്ടുകാരുടെയും സാന്നിദ്ധ്യത്തിൽ കേളു കാവിന്റെ കിഴക്കേ നടയിൽ താക്കോൽ വച്ച് തൊഴുതു പുറപ്പെട്ടു.

കേളു അറയ്ക്കലേക്ക്

മാടായിക്കോട്ടയിൽനിന്ന് ഇറങ്ങിയ കേളു നാടുംവീടുമില്ലാതെ നേരെ അറയ്ക്കലേക്കാണ് ചെന്നത്. ചിറയ്ക്കൽ തമ്പുരാൻ കേളുവിനെ പുറംതള്ളിയെന്ന കാര്യം അറയ്ക്കലെ വലിയ തങ്ങൾക്കു വിശ്വസിക്കാൻ കഴിഞ്ഞില്ല. വലിയതങ്ങൾ കേളുവിന് അവിടെ തൊഴിലൊന്നും നല്കിയില്ല. അറയ്ക്കൽ തറവാടു പോലെ സമ്പന്നമായ തറവാടാണ് മണിയാറിടം. കേളു അവിടേക്കുചെന്നു. അവിടെയുള്ള ശില്പവേലകൾ കണ്ട് അഭിപ്രായങ്ങൾ പറഞ്ഞുകൊണ്ടിരുന്നു.

കേളുവിന്റെ അന്ത്യം

മാടായിക്കാവിൽനിന്ന് തിരിച്ചെത്തിയ തമ്പുരാൻ ചിറയ്ക്കലെത്തി കൂടിയാലോചന നടത്തി. മുരിക്കഞ്ചേരി കേളുവിനെ പിടിച്ചുകെട്ടുവാനും കൊല്ലുവാനുമുള്ള തീരുമാനമെടുത്തു. തമ്പുരാന്റെ പട അറയ്ക്കലേക്കും അവിടെനിന്ന് മണിയാറിടത്തിലേക്കും വ്യാപിച്ചു.

തന്റെ അന്ത്യം അടുത്തുവെന്ന് കേളുവിനു ബോദ്ധ്യം വന്നു. മാടായിക്കാവിൽ ഭഗവതിയെ മനസ്സിൽ വിചാരിച്ചുകൊണ്ട് കേളു അറയ്ക്കലേക്കുതന്നെ മടങ്ങി. കേളുവിനെ കണ്ടപ്പോൾ വലിയതങ്ങൾ പൊട്ടിക്കരഞ്ഞുപോയി. താൻ ഒട്ടും പിഴച്ചിട്ടില്ലെന്നും, തനിക്ക് ഒരു കുതിരയെ തരണമെന്നും കേളു പറഞ്ഞു. വലിയതങ്ങളുടെ സമ്മതത്തോടെ കുതിരപ്പന്തിയിൽച്ചെന്ന് തനിക്കൊത്ത ഒരു വെള്ളക്കുതിരയെ കേളു തെരഞ്ഞെടുത്തു. ആ കുതിരപ്പുറത്തു കയറി അയാൾ പടയ്ക്കിടയിൽക്കൂടി അകലേക്കു കുതിച്ചു. തമ്പുരാന്റെ പട കേളുവിനെ പിന്തുടരുവാൻ ശ്രമിച്ചുവെങ്കിലും കേളുവിനെ പിടിക്കുവാൻ കഴിഞ്ഞില്ല. തിരുവർകാട്ടുകാവിലും മറ്റും ചെന്ന് കേളു ദൈവങ്ങളെ പ്രാർത്ഥിക്കുകയും എല്ലാവരോടും യാത്ര

പറയുകയും ചെയ്തു. പട തന്നെ പിന്തുടരുന്നുണ്ടെന്ന് കേളുവിന് മനസ്സിലായി. ആ പരാക്രമി അഴീക്കോട്ടേക്ക് കുതിച്ചു. ചാലാട്ട് മണലും കഴിഞ്ഞ് പയ്യാമ്പലം കുന്നുകയറുമ്പോൾ കുതിരയും കേളുവും നിലംപതിച്ചു. അങ്ങനെ അന്ത്യം സംഭവിച്ച കേളുവിന്റെയും കുതിരയുടെയും അടയാളങ്ങൾ ഇന്നും അവിടെ കാണാമെന്ന് പാട്ടിൽ പ്രസ്താവിക്കുന്നുണ്ട്.

പാട്ട് രണ്ട്

ഒന്നാമതായി ചേർത്ത പാട്ടുകഥയിലെ ഇതിവൃത്തത്തിൽനിന്ന് അല്പം ചില വ്യത്യാസങ്ങൾ ഉള്ളതാണ് രണ്ടാമതായി ചേർത്ത പാട്ടുകഥ. മുരിക്കഞ്ചേരി കേളു പാറയോടുമല്ലിട്ട് കളിക്കുമ്പോഴാണ് ചിറയ്ക്കൽ തമ്പുരാൻ ആ വഴിക്ക് എഴുന്നള്ളിയതെന്നാണ് ഈ പാട്ടിൽ പറയുന്നത്. തമ്പുരാൻ അവനോട് നാടും വീടും ചോദിച്ചപ്പോൾ തനിക്ക് അച്ഛനും അമ്മയും അടുത്ത ബന്ധുക്കളും ഇല്ലെന്നാണ് മറുപടി നല്കുന്നത്. മാടായിപ്പാറയിൽ തമ്പുരാന്റെ കോട്ട ശരിക്കും ഉണ്ടായിരുന്നുവെന്നും, കേളുവിന് ഒരു കോട്ട നല്കണമെന്ന് കരുതിയ തമ്പുരാൻ അവനേയും കൂട്ടി മാടായിക്കോട്ടയിൽവന്ന് കോട്ടതുറന്ന് വിളക്കു വച്ച് താക്കോൽ കൊടുത്തുവെന്നുമാണ് ഈ പാട്ടിൽ ആഖ്യാനം ചെയ്യുന്നത്.

പതിറ്റാണ്ടിലേറെയായി മുരിക്കഞ്ചേരി കേളു കോട്ടയിൽ വസിച്ചു. തമ്പുരാന് ലഭിക്കേണ്ട വാരവും പാട്ടവും അവൻ വാങ്ങി. അഹങ്കാരിയായിത്തീർന്ന കേളു തമ്പുരാനെ വിലവെക്കാതായി. മാടായിക്കോട്ടയിൽനിന്ന് പോയാൽ മതിയെന്നുകൂടി കേളുവിന് തോന്നിത്തുടങ്ങി. വിവരമറിഞ്ഞ തമ്പുരാൻ താൻ കൊടുത്ത നാഴിയും താക്കോലും വച്ച് കേളു കോട്ടയൊഴിഞ്ഞുകൊള്ളട്ടെ എന്ന് പറയുകയുണ്ടായി. തന്ന കൈകൊണ്ടു തന്നെ താക്കോൽ തിരിച്ചുവാങ്ങണമെന്ന നിലപാടാണ് കേളു സ്വീകരിച്ചത്.

ചേറ്റുവായ് കരിമ്പനാട്ട് പെറ്റമ്മയ്ക്ക് കുഞ്ഞിക്കണ്ണൻ, കോരൻ എന്നീ മക്കളുണ്ട്. അറയ്ക്കലാണ് കുഞ്ഞിക്കണ്ണന് പണി. അതുകൊണ്ട് വീട്ടിൽ സമൃദ്ധിയുമുണ്ടായി. കോരന് എന്തെങ്കിലും പണി വേണം. മുരിക്കഞ്ചേരി കേളു മാടായിക്കോട്ടയിൽ മദിച്ചിരുന്ന കാലമാണത്. കുഞ്ഞിക്കണ്ണന്റെ നിർദ്ദേശപ്രകാരം കോരൻ ചിറയ്ക്കൽത്തമ്പുരാനെ ചെന്നുകണ്ടു. ഏഴു ചെറു ചെല്ലം പൊന്ന് തമ്പുരാനു കാഴ്ചവച്ചു. മാടായിക്കോട്ടയുടെ ചുമതല തന്നെ ഏല്പിക്കണമെന്ന് കോരൻ അപേക്ഷിച്ചു.

തമ്പുരാൻ കോരനേയും കൂട്ടി മാടായിക്കോട്ടയിലെത്തി. കോട്ടയുടെ താക്കോൽ മുരിക്കഞ്ചേരി കേളുവിൽനിന്നും തമ്പുരാൻ തിരിച്ചുവാങ്ങി കോരനെ ഏല്പിച്ചു. അത് കണ്ടപ്പോൾ കേളുവിന് അരിശംമുഴുത്തു. തമ്പുരാൻ വച്ച ഇടവാളും പരിചയും കേളു ചവിട്ടിക്കമിഴ്ത്തി. തമ്പുരാൻ അതിന്റെ കാരണം അന്വേഷിച്ചപ്പോൾ ചിറയ്ക്കൽ നാടും താൻ കലക്കുമെന്നാണ് കേളു പ്രസ്താവിച്ചത്.

കോട്ട ഒഴിഞ്ഞ കേളു നാടും വീടും ആളും അർത്ഥവുമില്ലാത്തവനായിത്തീർന്നു. നാട്ടിൽ പലവിധ അനർത്ഥങ്ങൾ ഉണ്ടാക്കുവാൻ തുടങ്ങി.

പാട്ട് മൂന്ന്

മുരിക്കഞ്ചേരി കേളുവിന്റെ ചരിതം ആഖ്യാനംചെയ്യുന്ന മൂന്നാമത്തെപ്പാട്ടിൽ മേല്പറഞ്ഞ രണ്ടു പാട്ടുകളിൽനിന്നും ഭിന്നമായ പാഠങ്ങൾ കാണുവാൻ കഴിയും. മുരിക്കഞ്ചേരി കേളു അഴീക്കോട് പടിക്കൊട്ടിലിൽനിന്ന് കുട്ടികളെ പഠിപ്പിക്കുമ്പോഴാണ് തമ്പുരാൻ ആ വഴിക്ക് എഴുന്നള്ളിയതെന്നാണ് ഈ പാട്ടിൽ പ്രസ്താവിച്ചിട്ടുള്ളത്.

നാഴിയും താക്കോലും കുന്നിമ്മക്കോട്ടയിൽ മണിയാണിയുടെ കൈയിൽ കൊടുക്കുവാനാണ് തമ്പുരാൻ കല്പിക്കുന്നത്. കേളു തന്റെ വീരപരാക്രമങ്ങൾ തമ്പുരാന്റെ മുമ്പിൽ പ്രദർശിപ്പിക്കുന്നതായി ഈ പാട്ടിൽ ആഖ്യാനം ചെയ്യുന്നുണ്ട്.

കോട്ട വിട്ടിറങ്ങിയ കേളുവിന്റെ അതിക്രമങ്ങൾ ഈ പാട്ടിൽ കൂടുതൽ വർണ്ണിക്കുന്നു. അറയ്ക്കൽത്തങ്ങൾ കേളുവിന് സ്ഥാനം നല്കിയതായാണ് ഇതിൽ പറയുന്നത്. ചിറയ്ക്കലിൽനിന്ന് അറയ്ക്കലേക്കു മാറിയ കേളു ചിറയ്ക്കൽ തമ്പുരാനെ പലവിധത്തിൽ ദ്രോഹിക്കുവാൻ മുതിർന്നു. തമ്പുരാൻ ചിറയിൽ എഴുന്നള്ളുമ്പോൾ തമ്പുരാന്റെ നേർക്ക് അവൻ പച്ചയിറച്ചി എറിഞ്ഞു. തീക്കുടുക്ക കെട്ടിയെറിഞ്ഞതിനാൽ ചിറയ്ക്കലെ പുല്പുരയൊക്കെ കത്തിനശിച്ചു. ഓടിട്ട പുരകൾ വെടിവച്ച് തകർത്തു.

കേളുവിന്റെ അതിക്രമങ്ങൾ സഹിക്കാതായപ്പോൾ ചിറയ്ക്കൽ തമ്പുരാൻ കല്യാട്ട് ചന്തുവിനെ വരുത്തി. അയ്യായിരം പട്ടാളത്തെ അയച്ചുതരണമെന്ന കത്തുമായി ചന്തുവിനെ വെള്ളക്കാരുടെ അടുത്തേക്ക് തമ്പുരാൻ പറഞ്ഞയച്ചു. വെള്ളക്കാരുടെ പട്ടാളത്തിന്റെ സഹായത്തോടെ കല്യാട്ട് ചന്തു കേളുവിനെ പിന്തുടർന്നുവെന്നും ചന്തുവിന്റെ വെടിയേറ്റാണ് മുരിക്കഞ്ചേരി കേളു മലർന്നുവീണതെന്നും മൂന്നാമതായി ചേർത്ത പാട്ടിൽ പറയുന്നു.

പാട്ട് നാല്

മാടായിക്കോട്ട വിട്ട് അറയ്ക്കലെത്തിയശേഷമുള്ള കേളുവിന്റെ ചരിതങ്ങളാണ് നാലാമതായി ചേർത്ത പാട്ടിൽ അടങ്ങിയിട്ടുള്ളത്. അറയ്ക്കൽ ബീവി (ബീവു)തങ്ങളെ അയാൾ വിവാഹം കഴിച്ചു. അങ്ങനെ അവിടെ സ്ഥാനമുറച്ചതോടെയാണ് കേളു കൂടുതൽ അതിക്രമങ്ങൾ അഴിച്ചുവിട്ടത്. തമ്പുരാന്റെ സ്ഥലത്ത് പള്ളിയും കുളവും നിർമ്മിക്കുവാൻ സമ്മതം ചോദിക്കുവാനായി ജോനകരെ പറഞ്ഞയച്ചു. ഏഴ് ചെറുചെമ്പ് സ്വർണ്ണം അവർ തമ്പുരാന് കാഴ്ചവച്ച് ആട്ടിൻതോൽ വിസ്താരത്തിൽ

സ്ഥലം ആവശ്യപ്പെട്ടു. തമ്പുരാൻ ഒരു പള്ളിക്കുവേണ്ട സ്ഥലമേ അനുവദിച്ചുള്ളുവെങ്കിലും പതിനെട്ട് പള്ളികളും കുളങ്ങളും നിർമ്മിക്കപ്പെട്ടു. തമ്പുരാൻ ഇതറിഞ്ഞു. അറയ്ക്കലിൽ വസിച്ചുകൊണ്ട് മുരിക്കഞ്ചേരി കേളു ചെയ്യുന്ന അതിക്രമങ്ങൾ തമ്പുരാന് പൊറുക്കുവാൻ കഴിയാതായി. കോവിലകം വിട്ടിറങ്ങേണ്ട സാഹചര്യംവരെ ഉണ്ടായി. പറങ്കികൾക്ക് അല്പം സ്ഥലം നല്കിയതിനാൽ, അവരും വളർന്നു. അങ്ങനെ തമ്പുരാന് പുറത്തിറങ്ങുവാൻ കഴിയാത്ത മട്ടായി. വാരിക്കര രാമനെ വിളിച്ച് ഇനി എന്തുചെയ്യണമെന്ന് അവനുമായി കൂടിയാലോചിച്ചു.

തമ്പുരാൻ ഒടുവിൽ തന്റെ വിഷമങ്ങളെല്ലാം കട്ടത്തിൻ മീത്തൽ പട്ടാണിയെ അറിയിക്കുവാൻ നിശ്ചയിച്ചു. തമ്പുരാൻ നടന്നാണ് പോയത്. പട്ടാണി പൊൻപീഠത്തിൽ തമ്പുരാനെ ഇരുത്തി, വന്ന കാര്യം അന്വേഷിച്ചു. പറങ്കികളുടെ വളർച്ചയും മുരിക്കഞ്ചേരി കേളുവിന്റെ അതിക്രമങ്ങളും സംഭാഷണവിഷയമായി. തന്റെ പട്ടാളക്കാരനായ പട്ടാണിയെ ഇതെല്ലാം അറിയിക്കുവാനാണ് താൻ വന്നതെന്ന് തമ്പുരാൻ പറഞ്ഞു. തമ്പുരാന്റെ പാട്ടക്കാരനാണ് താനെന്ന സൂചന പട്ടാണിക്ക് ഇഷ്ടപ്പെട്ടില്ല. തമ്പുരാനെ പട്ടാണി ബന്ധനത്തിലാക്കി.

പട്ടാണിയുടെ മകളായ കന്നിടോത്തിയെ കല്യാണം കഴിച്ചത് കല്യാട്ട് കണ്ണനാണ്. ആ ദമ്പതിമാർ മംഗലാപുരം കോട്ടയിലാണ് താമസിക്കുന്നത്. ചിറയ്ക്കൽ തമ്പുരാന്റെ ബന്ധനത്തെപ്പറ്റി കുഞ്ഞിക്കണ്ണൻ പട്ടന്മാരിൽനിന്ന് കേട്ടറിഞ്ഞു. കന്നിടോത്തിയുടെ പിതാവ് ചെയ്ത ആ കടുംകൈയെപ്പറ്റി അവൾ അറിഞ്ഞു. കുതിരപ്പുറത്തു കയറി അവൾ കട്ടത്തിൻമീത്തലെത്തി, പിതാവിനോട് വിവരങ്ങളെല്ലാം പറഞ്ഞു. തമ്പുരാനെ ബന്ധനത്തിൽനിന്ന് മോചിപ്പിച്ചില്ലെങ്കിൽ തന്റെ ഭർത്താവ് പട്ടിണികിടന്ന് മരിക്കാനിടയാകുമെന്ന് അവൾ അറിയിച്ചു. കുഞ്ഞിക്കണ്ണൻ ചിറയ്ക്കലെ ഒരു തമ്പുരാന്റെ മകനാണെന്ന വസ്തുത അപ്പോൾ മാത്രമാണ് പട്ടാണി അറിയുന്നത്. കണ്ണന്റെ ഇഷ്ടാനുസരണം പ്രവർത്തിക്കാമെന്ന് പട്ടാണി സമ്മതിച്ചു. അങ്ങനെ കുഞ്ഞിക്കണ്ണൻ വന്ന് തമ്പുരാനെ ബന്ധനത്തിൽനിന്ന് മോചിപ്പിച്ചു.

കേളുവിന്റെ ധിക്കാരത്തെയും അതിക്രമങ്ങളെയും കുറിച്ച് തമ്പുരാൻ കുഞ്ഞിക്കണ്ണനോട് പറഞ്ഞു. തനിക്ക് 'പാളയംപട' ഇറക്കിത്തരണമെന്ന് തമ്പുരാൻ അപേക്ഷിച്ചു. പട്ടാണി അതിന് അനുവാദം കൊടുത്തു. പടയോടൊപ്പം കുഞ്ഞിക്കണ്ണനും മലനാട്ടിലേക്ക് പുറപ്പെട്ടു. കണ്ണൂര് അറയ്ക്കലോളം പടയെത്തി. പക്ഷേ, അവിടെ കേളുവിനെ കണ്ടില്ല. ചൊവ്വപ്പറമ്പിൽവച്ച് അവർ കേളുവിനെ കണ്ടെത്തി. ചൊവ്വയിൽ ചിണ്ടനും ഒപ്പമുണ്ടായിരുന്നു. തന്റെ അന്ത്യം അടുത്തിരിക്കുകയാണെന്ന് കേളു മനസ്സിലാക്കി. അറയ്ക്കൽബീവുവിനെ മറ്റാർക്കും കൊടുക്കരുതെന്നായിരുന്നു കേളുവിന്റെ അന്ത്യമൊഴി. അപ്പോഴേക്കും പട അടുത്തെ

ത്തിക്കഴിഞ്ഞു. കല്യാട്ട് കുഞ്ഞിക്കണ്ണൻ കേളുവിന്റെ നേർക്ക് വെടിവച്ചു. കേളു ചോരയിൽ പതിച്ചു. അവൻ അന്ത്യശ്വാസം വലിക്കുന്നതിനുമുമ്പ് ചിറയ്ക്കൽ തമ്പുരാൻ അവന്റെ മുഖത്ത് മുറുക്കിത്തുപ്പി. ഗർഭവതിയായ ബീവു ദുഃഖാർത്തയായി നിലത്തുവീണുരുണ്ടു.

പാട്ട് അഞ്ച്

അഞ്ചാമതായി ചേർത്ത പാട്ടിൽ മുരിക്കഞ്ചേരി കേളുവിന്റെ ദുരുപദേശമനുസരിച്ച് ജോനകർ ചെറുകുന്ന് അന്നപൂർണ്ണേശ്വരി ക്ഷേത്രത്തിൽ വിളക്കുത്സവം മുടക്കുവാൻ വരുന്നതും മറ്റുമാണ് ആഖ്യാനം ചെയ്യുന്നത്.

ചിറയ്ക്കൽ തമ്പുരാൻ കോവിലകം കാര്യക്കാരനായ വാണിയൻ പാട്ടാളിയെ വിളിച്ച് ചെറുകുന്നിൽ വിഷുവിളക്കുത്സവം നടത്തുവാൻ ചുമതലപ്പെടുത്തി. ഉത്സവത്തിന് തളിപ്പറമ്പ്ക്ഷേത്രത്തിൽനിന്നാണ് ആനയെ കൊണ്ടുപോയത്. ഉത്സവത്തിന് തമ്പുരാക്കന്മാരെല്ലാം എത്തിച്ചേർന്നു.

മുരിക്കഞ്ചേരി കേളുവിന്റെ പ്രേരണയാൽ ബീവുതങ്ങൾ ജോനകരെ ചെറുകുന്നിലേക്കയച്ചു. അവർ വട്ടപ്പന്തലിൽ കയറി ഇരുന്നു. തമ്പുരാന് മനം കലങ്ങി. പന്തലിൽനിന്ന് മാറാൻ പാട്ടാളി പറഞ്ഞുവെങ്കിലും ജോനകർ അനങ്ങിയില്ല.

ജോനകർക്ക് പെട്ടെന്ന് മറ്റൊരു ആലോചനയുണ്ടായി. തമ്പുരാക്കന്മാരെല്ലാം ഉത്സവസ്ഥലത്തായതിനാൽ ചിറയ്ക്കൽ തമ്പുരാട്ടികളെ പിടികൂടാൻ നല്ല തഞ്ചമാണെന്ന് അവർക്ക് തോന്നി. അവർ അറയ്ക്കൽ ബീവുതങ്ങളെച്ചെന്നു കണ്ട് വിവരം അറിയിച്ചു. ജോനകർ പടയും വെടിയുമായി ചിറയ്ക്കലെത്തി. ചെറുകുന്നിൽനിന്ന് തമ്പുരാൻ ആ വിവരമറിഞ്ഞു. തമ്പുരാൻ അന്നപൂർണ്ണേശ്വരിയമ്മയുടെ തിരുനടയിൽച്ചെന്നുനിന്ന് പ്രാർത്ഥിച്ചു. താൻ വെള്ളം കുടിക്കണമെങ്കിൽ ജോനകർ തമ്മിലടിച്ച് മുടിഞ്ഞുകാണണമെന്നും വരുംകാലങ്ങളിൽ ഏഴ് ആനകളെ പങ്കെടുപ്പിച്ചുകൊണ്ടുള്ള ഏഴു ദിവസത്തെ വിഷുവിളക്കുത്സവം താൻ നടത്തിക്കുമെന്നും തമ്പുരാൻ ശപഥം ചെയ്തു. പാട്ടാളി ചിറയ്ക്കലെത്തുമ്പോഴേക്കും ജോനകപ്പട തമ്മിലടിച്ച് മുടിഞ്ഞുകഴിഞ്ഞിരുന്നു.

വീരപ്പാട്ടുകഥ

മുരിക്കഞ്ചേരി കേളുവിനെ സംബന്ധിച്ച പാട്ടുകഥകൾ വീരാപദാനപരമായ 'ചാരൻപാട്ടു'കളാണ്. കേളുവിന്റെ വീരചരിതങ്ങൾ കൃഷിപ്പാടങ്ങളിൽ ഇന്നും മുഴങ്ങിക്കേൾക്കാറുണ്ട്.

വീരേതിഹാസങ്ങളുടെ ചില പ്രത്യേകതകൾ കേളുവിന്റെ പാട്ടുകഥയിൽ പ്രതിഫലിക്കുന്നുണ്ടെങ്കിലും, ഇതൊരു വീരേതിഹാസമാണെന്ന് തീർത്തുപറയുവാൻ കഴിയുകയില്ല. യുദ്ധത്തിന്റെയും വീരകൃത്യങ്ങളുടെയും വർണ്ണനകൾ ഇതിൽ ഉണ്ടെന്നത് വാസ്തവം തന്നെ. വീരാപദാ

നപ്രമാണങ്ങളോടുകൂടിയ ക്രിയാംശങ്ങളും കഥാപാത്രങ്ങളും ഉണ്ടെങ്കിലും ഒരു കൃതി വീരേതിഹാസമാകണമെന്നില്ല. ഇതിഹാസമെന്നത് പഴയ പുരാവൃത്തങ്ങളിൽപ്പെട്ടതാണെന്നൊരു പക്ഷവുമുണ്ട്. ദേവന്മാർ, ഉത്തമരായ സ്ത്രീപുരുഷന്മാർ എന്നിവരുടെ പരാക്രമങ്ങളെയോ ദേശത്തിന്റെ ആദ്യകാല ചരിത്രത്തെയോ കുറിച്ച് ആഖ്യാനം ചെയ്യുന്ന നീണ്ട കാവ്യം[1] എന്നാണ് എപ്പിക്കുകളെക്കുറിച്ച് പറയാറുള്ളത്. ദേവന്മാരും അർദ്ധദൈവങ്ങളും അവയിൽ പ്രത്യക്ഷമാവുക സ്വാഭാവികമത്രെ. 'പൂർവ്വവൃത്തകഥായുക്ത'മാണ് ഇതിഹാസമെങ്കിലും സംഭവങ്ങളുടെ സത്യസന്ധമായ ആവിഷ്കാരമല്ല അത്. ഏതായാലും കേളുവിന്റെ പാട്ടുകഥ മേല്പറഞ്ഞ സാങ്കേതികാർത്ഥത്തിൽ ഇതിഹാസപദവിയിലേക്ക് ഉയരുന്നില്ല.

മുരിക്കഞ്ചേരി കേളുവിന്റെ വീരചരിതം ചരിത്രപരമോ ഐതിഹ്യാധിഷ്ഠിതമോ ആയിരിക്കാം. പക്ഷേ, അതിൽ അലൗകികശക്തികളുടെ സഹായം സൂചിതമായിട്ടുണ്ട്. അത്ഭുതകരവും അമാനുഷവുമായ ചില സംഭവങ്ങൾ അതിൽ ആഖ്യാനം ചെയ്തിരിക്കുന്നു. അതിനാൽ, മിത്തിന്റെ നേരിയൊരു പരിവേഷം കേളുവിന്റെ 'വീരപ്പാട്ടുകഥ'യ്ക്കുണ്ടെന്നുകാണാം. മാത്രമല്ല, വടക്കൻപാട്ടുകഥകളിൽ പ്രത്യക്ഷമാകുന്ന കേളു, തെയ്യാട്ടത്തിലെ ഒരു ദേവതകൂടിയാണ്. മരണാനന്തരം മുരിക്കഞ്ചേരി കേളു ഒരു 'വീരൻതെയ്യ'മായി മാറിയെന്നാണ് സങ്കല്പം. പാലോട്ടുദൈവമുള്ള 'സ്ഥാന'ങ്ങളിൽ കേളുവിന്റെ തെയ്യവും കെട്ടിയാടിക്കാറുണ്ട്. അഴീക്കോട്ട് ഒരു കാവ് പണിത് പാലോട്ടുദൈവത്തെ അവിടെ പ്രതിഷ്ഠിക്കുന്നതിൽ പ്രധാന സാരഥ്യം വഹിച്ചത് മുരിക്കഞ്ചേരി കേളുനായരാണെന്നാണ് വിശ്വാസം. അനുഷ്ഠാനപരമായ പാട്ടുകളിൽ കേളുവിന്റെ ചരിതം ആഖ്യാനം ചെയ്യപ്പെട്ടിട്ടുണ്ട്.

വീരചരിതത്തിന്റെ സവിശേഷമായൊരു മാതൃകയാണ് മുരിക്കഞ്ചേരി കേളുവിന്റെ കഥയെന്ന് ഏതുനിലയ്ക്കും അവകാശപ്പെടാം. കേളുവിന്റെ 'വീരപ്പാട്ടുകഥ'കളിൽ പ്രത്യക്ഷമാകുന്ന വീരാപദാനപരമായ പ്രത്യേകതകളെന്തെന്ന് പരിശോധിക്കാം.

യുദ്ധവും പടയും

യുദ്ധവും പോരാളികളുടെ കലഹവും വീരാപദാനപരമായ കൃതികളുടെ സവിശേഷതയാണ്. കേളുവിന്റെ അന്ത്യം വരുത്തുവാൻ പാളയംപട നിരന്നതും ആ പടയിൽ കേളു വീഴുന്നതുമൊക്കെ ഒരു പാട്ടിൽ വർണ്ണിച്ചിട്ടുണ്ട്.

1. Longman, Dictionary of contemporary English, p. 341.

സഞ്ചാരം

കഥാപാത്രങ്ങളുടെ സവിശേഷസഞ്ചാരം വീരാപദാനപരമായ ചരിതങ്ങളിൽ ദുർല്ലഭമല്ല. വടക്കൻപാട്ടുകഥകളിൽ ഇത് സാധാരണമായി കാണാം. കേളുവിന്റെ പാട്ടുകഥയിൽ സഞ്ചാരവർണ്ണനകൾ ഇതിവൃത്തഘടനയിലെ മുഖ്യ ഉപാധിതന്നെയാണ്. തമ്പുരാന്റെ നാടുചുറ്റൽ, കേളുവിന്റെ കോവിലകത്തേക്കുള്ള പ്രയാണം, വാരവും പാട്ടവും പിരിപ്പിക്കാനുള്ള കേളുവിന്റെ സഞ്ചാരം, മാടായിക്കോട്ടയിലേക്കുള്ള വരവ്, മാടായിക്കോട്ടയിലേക്കുള്ള തമ്പുരാന്റെയും മറ്റും എഴുന്നള്ളത്ത്, കാവിൽപ്പടിക്കൽ നാഴിയും താക്കോലും സമർപ്പിച്ചുകൊണ്ട് അറയ്ക്കലേക്കുള്ള കേളുവിന്റെ യാത്ര, കട്ടത്തിൻമീത്തൽ പട്ടാണിയെ കാണാനുള്ള തമ്പുരാന്റെ പോക്ക്, വഴിപോക്കരായ പട്ടന്മാരുടെ സഞ്ചാരം, പിതാവിന്റെ അടുക്കലേക്കുള്ള കന്നിടോത്തിയുടെ കുതിരസവാരി, കല്യാട്ടുകണ്ണന്റെ യാത്ര, പവ്വക്കുറിക്കുള്ള കേളുവിന്റെ പോക്ക്, തിരുവർകാട്ടുകാവിലും മറ്റുമായി കേളുവിന്റെ അന്ത്യസന്ദർശനയാത്ര എന്നിങ്ങനെ യാത്രയ്ക്ക് ഈ വീരപ്പാട്ടുകഥയിൽ പരമപ്രാധാന്യം കാണുന്നു. വീരചരിതങ്ങളുടെ ഒരു മുഖ്യഘടകമാണ് ഇത്തരം സഞ്ചാരവർണ്ണനകൾ എന്നാണ് ഇതിൽനിന്നും വ്യക്തമാകുന്നത്.

കുതിരസവാരി

വീരസാഹസയാത്രകൾക്ക് അനുഗുണമായ കുതിരകളെക്കുറിച്ചും വടക്കൻപാട്ടുകഥകളിൽ പരാമർശങ്ങൾ കാണാം. അസാധാരണമായ സഞ്ചാരവേഗതയും ബുദ്ധിവൈഭവവുമുള്ള കുതിരകളാണ് അവയിൽ പ്രത്യക്ഷപ്പെടുന്നത്. മുരിക്കഞ്ചേരി കേളുവിന്റെ പാട്ടുകഥയിലെ കുതിരകളും അസാമാന്യമായ ഗുണവിശേഷങ്ങൾ ഉള്ളവയത്രെ. കുന്നിടോത്തി വേഗത മുറ്റിയ കുതിരപ്പുറത്താണ് സഞ്ചരിച്ചത്.

> "മാണിക്കു ചൊക്കി മണിക്കുതിരേ
> യന്തറവാലുള്ള പൊൻകുതിരേ
> എന്റച്ഛൻമല കണ്ടിട്ടോട് കുതിരേ"

എന്ന് കുതിരയ്ക്ക് ബുദ്ധി ഉപദേശിച്ചപ്പോൾ ആ കുതിര നിശ്ചിത ലക്ഷ്യസ്ഥാനത്തേക്ക് കുതിക്കുന്നതായി പാട്ടിൽ വർണ്ണിക്കപ്പെട്ടിരിക്കുന്നു.

വീരപ്രതിജ്ഞ

വീരോചിതമായ പ്രതിജ്ഞകളും അത് നിറവേറ്റാനുള്ള പ്രയത്നങ്ങളും വീരചരിതങ്ങളിൽ സ്വാഭാവികമായും ഉണ്ടാകും. വടക്കൻപാട്ടുകഥകളിൽ അത്തരം വീരപ്രതിജ്ഞകൾ സുദുർല്ലഭമല്ല. മുരിക്കഞ്ചേരി കേളുവിന്റെ പാട്ടുകഥയിൽ വീരപ്രതിജ്ഞകളുണ്ട്.

"പച്ചക്കുതിരയും പട്ടാളവും
മാടായിപ്പാറേമ്മ്ന്ന് തുള്ളിക്കുംഞാന്"

എന്ന് തമ്പുരാൻ ശപഥം ചെയ്യുമ്പോൾ,

"എന്റോമന ചിറയ്ക്കലേ തമ്പുരാനേ
മാടായിപ്പാറ കരിമ്പാറമ്മ
പാറമ്മ പുഞ്ച വിതപ്പിക്കും ഞാൻ
... ...
ഈയ്യംകൊണ്ട് മയ പെയ്യിക്കും ഞാൻ"

എന്നിങ്ങനെയാണ് കേളു പ്രതിജ്ഞ ചെയ്യുന്നത്.

"ഈയ്യംകൊണ്ട് മയ പെയ്യീച്ചെങ്കിൽ
പൊന്നുകൊണ്ട് കൊട ഞാൻ പിടിക്കും"

എന്ന് വീരോചിതമായിത്തന്നെ തമ്പുരാൻ അതിന് മറുപടിയും നല്കുന്നു. ഈ പ്രതിജ്ഞ പ്രകാരമുള്ള സാഹസകൃത്യങ്ങൾ നടത്തപ്പെടുകയും ചെയ്യുന്നുണ്ട്.

നിയമലംഘനം, അതിക്രമം

മേലധികാരിയെ വകവയ്ക്കാതിരിക്കുക, ധിക്കാരം പ്രവർത്തിക്കുക, നിയമം ലംഘിക്കുക മുതലായവ വീരകൃത്യമായെണ്ണപ്പെടുന്ന സന്ദർഭങ്ങൾ വടക്കൻപാട്ടുകഥകൾ, തോറ്റംപാട്ടുകൾ തുടങ്ങിയവയിൽ കാണാവുന്നതാണ്. കേളുവിന്റെ പാട്ടുകഥകളിൽ ഇത്തരം സംഭവങ്ങൾ ആഖ്യാനം ചെയ്യുന്നുണ്ട്.

"തമ്പുരാൻ വെച്ചോരു പലിശയല്ലേ
ചവിട്ടിക്കമിക്ക്ന്ന് കേളുവല്ലേ"

ഇത്തരം ധിക്കാരങ്ങൾ കേളു ചെയ്യുന്നു. തന്റെ രക്ഷകനായ തമ്പുരാനെ അവൻ വിലവയ്ക്കാതിരിക്കുകയും ദോഷാരോപം നടത്തുകയും ചെയ്യുന്നു. തമ്പുരാൻ മാടായിക്കോട്ടയിൽ എഴുന്നള്ളുമ്പോൾ സൽക്കരിക്കുവാൻ കേളു സന്നദ്ധനാകുന്നില്ല. എന്നുമാത്രമല്ല, അവൻ അരിശപ്പെടുകയും ചെയ്യുന്നു.

പല അതിക്രമങ്ങളും കേളു കാട്ടിയതായി പാട്ടിൽ പറയുന്നുണ്ട്. അനധികൃതമായി പള്ളികളും കുളങ്ങളും നിർമ്മിക്കുവാൻ ജോനകരെ പ്രേരിപ്പിച്ചതും, വിഷുവിളക്കുത്സവം മുടക്കാൻ ജോനകരെ അയപ്പിച്ചതും കേളുവാണ്. തീക്കുടുക്കയെറിഞ്ഞും വെടിവച്ചും ചിറയ്ക്കലെ പുരകൾ തകർക്കുവാൻ അവൻ ശ്രമിച്ചുവത്രെ.

അലൗകികശക്തി

മുരിക്കഞ്ചേരി കേളുവിന്റെ പാട്ടുകഥയിൽ അലൗകികശക്തികളൊന്നും പ്രകടമായി കടന്നുവരുന്നില്ല. എങ്കിലും, തിരുവർകാട്ടുകാവിൽ

ഭഗവതിയുടെ അനുഗ്രഹത്തിന് കേളു പ്രാർത്ഥിക്കുന്ന സന്ദർഭങ്ങൾ ഉണ്ട്. ആ പ്രാർത്ഥനയുടെ ഫലം പലപ്പോഴും കേളുവിന് സിദ്ധിക്കുന്നുമുണ്ട്.

വഞ്ചന

വീരപുരുഷന്മാർക്ക് പറ്റുന്ന ചതിയാണ് വീരകഥകളിൽ കാണുന്ന മറ്റൊരു സവിശേഷത. ഭാര്യയിൽനിന്നോ സേവകരിൽനിന്നോ പ്രിയപ്പെട്ടവരിൽനിന്നോ ഉണ്ടാവുന്ന വഞ്ചനയ്ക്ക് കീഴ്പ്പെടുകയെന്നത് വീരപുരുഷന്മാരുടെ വിധിയത്രെ. കേളുവിനും ചതി പറ്റുന്നുണ്ട്. കോവിലകത്തുനിന്ന് പുറപ്പെടുമ്പോൾ ഒപ്പം ഉണ്ടായിരുന്ന സേവകരെല്ലാം വഴിയിൽവച്ച് പിന്മാറുകയും കേളു ഒറ്റപ്പെട്ടുപോവുകയും ചെയ്യുന്നുണ്ടല്ലോ. സ്വപ്രയത്നവും കഴിവുംകൊണ്ട്, തദ്ദേശവാസികളുടെ സഹായസഹകരണത്തോടെ, നിർമ്മിച്ച കോട്ട ഒടുവിൽ കേളുവിന് വിട്ടിറങ്ങേണ്ടിവരുന്നു. അത്തരം വിപത്തുകൾ നേരിടേണ്ടി വരുമ്പോൾ ആ വീരപുരുഷൻ പ്രദർശിപ്പിക്കുന്ന ആത്മധൈര്യം പ്രശംസനീയം തന്നെ. അചഞ്ചലമായ ആസ്തിക്യബോധമാണ് അടിപതറാതെ മുന്നോട്ടുനീങ്ങുവാൻ അയാൾക്ക് കരുത്ത് പകർന്നത്.

ശോകാന്തമായ വീരചരിതം

വീരരസത്തിന് പലപ്പോഴും അംഗമായി വരുന്നത് ശോകമാണ്. ഇഷ്ടനാശവും അനിഷ്ടപ്രാപ്തിയും പൊതുവെ ശോകകഥകൾക്ക് അവലംബമാണ്. ദുരന്തം, ശിക്ഷ, അപമാനം, വിധിവൈപരീത്യം, ചതി, ദാരിദ്ര്യം തുടങ്ങിയ അവസ്ഥാവിശേഷങ്ങൾ ശോകകഥകളിൽ ആഖ്യാനം ചെയ്യപ്പെടാറുണ്ട്. മുരിക്കഞ്ചേരി കേളുവിന്റെ വീരചരിതത്തിൽ ശോകകഥയുടെ ഈ ഘടകങ്ങൾ പലതും പ്രത്യക്ഷപ്പെടുന്നുണ്ട്. പ്രതിബന്ധങ്ങളെയോ ഭവിഷ്യത്തുകളെയോ പരിഗണിക്കാതെ, വിക്രാന്തപരമായ ഒരു ജീവിതം നയിച്ച വ്യക്തിക്ക് അത്തരമൊരു അന്ത്യമുണ്ടായതിൽ അത്ഭുതപ്പെടാനാവില്ല.

ട്രാജഡിയിലെ സുശക്തമായ വൈകാരിക ഘടകങ്ങളായി അരിസ്റ്റോട്ടിൽ അംഗീകരിച്ചിട്ടുള്ളവയാണ് ഭാഗ്യ (സ്ഥിതി) വിപര്യയവും പ്രത്യഭിജ്ഞാനവും യാതനാദൃശ്യവും. ഭാഗ്യവിപര്യയം നാടൻകഥകളിലും സർവ്വസാധാരണമായ വിഷയമത്രെ.[2] മുരിക്കഞ്ചേരി കേളുവിന്റെ ജീവിതത്തിൽ ഭാഗ്യനിർഭാഗ്യങ്ങൾ മാറിമാറി വരുന്നതും ഒടുവിൽ ആ ജീവിതം ദുഃഖാന്തമായി പരിണമിക്കുന്നതും പാട്ടുകഥകളിലൂടെ ദർശിക്കുവാൻ കഴിയും. രക്ഷകൻ തന്നെ ശിക്ഷകനും നാശകനുമായി മാറുന്ന സ്ഥിതിവിപര്യയം ഈ വീരചരിതത്തിന്റെ സവിശേഷതയാണ്.

2. John Buchan, *The Novel and the Fairy tales* (More Modern Essays, Madras, 1948. Ed. Jepson R W) p. 25.

ചരിത്രപ്രാധാന്യം

പഴങ്കഥപ്പാട്ടുകളിൽ പറയുന്ന കാര്യങ്ങൾ ചരിത്രവസ്തുതകളായി ആരും അംഗീകരിക്കാറില്ല. ചരിത്രപുരുഷന്മാരുടെയോ ഐതിഹ്യപുരുഷന്മാരുടെയോ ചരിതങ്ങൾ പാട്ടുകഥകളിൽ ആഖ്യാനം ചെയ്യപ്പെടാറുണ്ട്. എന്നാൽ, ഏറ്റക്കുറച്ചിലോ മാറ്റിമറിച്ചിലോ കൂടാതെ വസ്തുതകൾ, യഥാതഥമായി ആഖ്യാനം ചെയ്യുന്ന നാടൻപാട്ടുകൾ ദുർല്ലഭമാണ്. "യഥാർത്ഥ വ്യക്തിയുടെ കഥയാണെങ്കിൽപ്പോലും, അയഥാർത്ഥസംഭവങ്ങളും ബന്ധങ്ങളും അവയിൽ കലർന്നിരിക്കും. എന്തു സംഭവിച്ചുവെന്ന് സത്യസന്ധമായി അത് വെളിപ്പെടുത്തുന്നില്ല."[3] എന്നിരുന്നാലും, പ്രാചീനകാലചരിത്രം സത്യസന്ധമായി എഴുതുവാൻ വേണ്ട സാമഗ്രികൾ അലഭ്യമായിരിക്കെ, പഴയ നാടൻപാട്ടുകളും മറ്റും ഒരതിർത്തിയോളം സഹായകമാകും.

പാട്ടുകഥകളിൽ പലതും, പ്രത്യേകിച്ചും രാജവംശസംബന്ധികളായ പാട്ടുകൾ ചരിത്രപ്രാധാന്യമുള്ളവയാണ്. ചിറയ്ക്കൽ, അറയ്ക്കൽ, പുറനാട്ടുകര, പഴശ്ശി, കോട്ടയം, അള്ളടം തുടങ്ങിയ ചില രാജവംശങ്ങളെ സംബന്ധിക്കുന്ന വടക്കൻ പാട്ടുകഥകളുണ്ട്. എന്നാൽ, അവ രാജവംശങ്ങളുടെയോ, സ്വരൂപങ്ങളുടെയോ ചരിതം പൂർണ്ണമായി ആഖ്യാനം ചെയ്യുന്നവയല്ല. അവയെ കാലക്രമത്തിൽ ക്രമീകരിക്കുവാൻ സാധിക്കുമെന്നും തോന്നുന്നില്ല. പല തലമുറകളുടെ കഥകളാണവ. രാജവംശങ്ങളുമായി നേരിട്ടോ, അല്ലാതെയോ ബന്ധമുള്ള പാട്ടുകളുമുണ്ട്. അവയിൽ ആവിഷ്കരിക്കപ്പെട്ടിരിക്കുന്ന സംഭവങ്ങൾ മുഴുവൻ ചരിത്രസത്യമായി കരുതുവാൻ കഴിഞ്ഞെന്നുവരില്ല. പാട്ടു കെട്ടിച്ചമയ്ക്കുന്നവരുടെ മനോധർമ്മവും ഭാവനയും ആ പാട്ടുകളിൽ കലർന്നിരിക്കുവാൻ സാദ്ധ്യതയുണ്ട്.

ചേരമാൻപെരുമാളുടെ കഥ, ചിറയ്ക്കൽ രാജവംശവും അറയ്ക്കൽ രാജകുടുംബവും തമ്മിലുള്ള ബന്ധം, ഇടക്കാലത്തുണ്ടായ മാത്സര്യം, ചിറയ്ക്കൽത്തമ്പുരാന്റെ കാര്യക്കാരായിരുന്ന ചില പരാക്രമികളുടെ ചരിതാംശങ്ങൾ, ചില തമ്പുരാക്കന്മാരുടെയും കെട്ടിലമ്മമാരുടെയും വഞ്ചനാപരമായ പ്രവർത്തനങ്ങൾ നവാബിന്റെയും വെള്ളക്കാരുടെയും പടയ്ക്കുമുമ്പിൽ രാജശക്തിക്കുണ്ടായ പരാജയം തുടങ്ങി പലതും ഭാഗികമായി ആഖ്യാനം ചെയ്യുന്ന പാട്ടുകഥകൾ ലഭിച്ചിട്ടുണ്ട്.

ചിറയ്ക്കൽ, അറയ്ക്കൽ എന്നീ രാജവംശങ്ങളുടെ ചരിതങ്ങൾക്ക് ഒരനുബന്ധമാണ് മുരിക്കഞ്ചേരി കേളുവിന്റെ പാട്ടുകഥകൾ. ഇവയിൽ ആഖ്യാനംചെയ്യുന്ന കാര്യങ്ങളെല്ലാം സത്യസന്ധമായ ചരിത്രവസ്തുതകളാണെന്ന് ആരും കരുതുകയില്ല. പക്ഷേ, അവയിൽനിന്ന് ചരിത്രസംഭവങ്ങളുടെ ചില കണികകൾ നമുക്ക് ലഭിച്ചേക്കും. അവ തന്നെ അവിടവിടെ ചിതറിക്കിടക്കുന്നവയുമാണ്. പാട്ടുകഥകളിൽ പരസ്പരവിരുദ്ധങ്ങളായ കഥാഭാഗങ്ങൾ ആഖ്യാനം ചെയ്യുന്നുണ്ടെന്നത് പ്രത്യേകം ഓർത്തി

3. C. M. Bowra, *Heroic Poetry*, Newyork, 1966, p. 535.

രിക്കണം. അത്തരം ശിഥിലമായ ആഖ്യാനങ്ങൾപോലും ചരിത്രപരമായ ചില പാഠങ്ങൾ പഠിക്കുവാൻ സഹായകങ്ങളാണ്. അവ നല്കുന്ന ചില ആശയങ്ങളുടെ അടിസ്ഥാനത്തിൽ ചരിത്രസത്യങ്ങൾ കണ്ടെത്തുവാനുള്ള അന്വേഷണങ്ങൾ നടത്താവുന്നതാണ്.

ചിറയ്ക്കലും അറയ്ക്കലും

കേരളത്തിലെ ഒരു മുസ്ലീം രാജവംശമാണ് അറയ്ക്കൽകുടുംബം. ചേരമാൻ പെരുമാളുമായി ഈ രാജവംശത്തെ ബന്ധപ്പെടുത്തിയുള്ള പരാമർശം *കേരളോല്പത്തി*യിൽ കാണാം.

> ...ചേരമാൻ പെരുമാൾ പിറന്നുണ്ടായ ഭൂമി ആര്യപുരത്തു വേളാപുരമെന്ന നഗരത്തിങ്കൽനിന്ന് ഒരു ചോനകനെയും ചോനകസ്ത്രീയെയും വരുത്തി ആര്യപ്പടിക്കലിരുത്തി... ഇവരെ നല്ലൊരു പ്രദേശത്ത് ഇരുത്തണമെന്നും കല്പിച്ച്, ഈ നാട്ടിന്ന് ഒരു കണ്ണാകകൊണ്ട് കണ്ണന്നൂർ പ്രദേശത്ത് ഒരു പീടികയും പണിതീർത്തു വേളാപുരമെന്നു പേരുമിട്ടു... ആ ചോനകനെ ആഴിരാജാവെന്നു കല്പിച്ചു... ചോനകസ്ത്രീക്ക് ഉമ്മ എന്നു കല്പിച്ച് അരിയുമിട്ടു.[4]

ആലി രാജകുടുംബം എന്നുകൂടി പേരുള്ള അറയ്ക്കൽ കുടുംബത്തിന്റെ ഉല്പത്തി കോലത്തിരി രാജാവിന്റെ മന്ത്രിമാരിൽ ഒരാളായിരുന്ന ആര്യൻകുളങ്ങര നായരിൽനിന്നാണ് എന്നൊരു കേട്ടുകേൾവി ഉള്ളതായി *മലബാർ മാന്വലിൽ* വില്യംലോഗൻ രേഖപ്പെടുത്തിക്കാണുന്നു.[5] ആ നായർ മതപരിവർത്തനം ചെയ്ത് മമ്മതാലി എന്ന പേര് സ്വീകരിച്ചുവത്രെ. ചിറയ്ക്കൽ രാജവംശത്തിൽനിന്നാണ് അറയ്ക്കൽ കുടുംബത്തിന്റെ ഉല്പത്തി എന്നാണ് പ്രബലമായ മറ്റൊരു വിശ്വാസം. ചിറയ്ക്കലെ ഒരു തമ്പാട്ടി ഇസ്ലാംമതം സ്വീകരിക്കുവാനുണ്ടായ സാഹചര്യത്തെക്കുറിച്ചുള്ള ചരിത്രവസ്തുത എന്തായിരുന്നാലും, ചിറയ്ക്കൽ തമ്പാട്ടി അറയ്ക്കൽ ബീബിയായ കഥ വടക്കൻ പാട്ടുകഥയിൽ ആഖ്യാനം ചെയ്യപ്പെട്ടിട്ടുണ്ട്.[6] ആ രാജസ്ത്രീയുടെ മകനും അതുവഴി ചിറയ്ക്കൽ തമ്പുരാന്റെ മരുമകനുമായ കുഞ്ഞിമമ്മതിന്റെ കഥ ആഖ്യാനം ചെയ്യുന്ന പാട്ടുകഥയുമുണ്ട്.[7]

അറയ്ക്കലും ചിറയ്ക്കലും തമ്മിൽ ഇടയ്ക്കിടെ പിണങ്ങുകയും ഇണങ്ങുകയും ചെയ്യുന്ന പതിവുണ്ടായിരുന്നുവെന്ന് പാട്ടുകഥകൾ സൂചിപ്പിക്കുന്നു. മുരിക്കഞ്ചേരി കേളുവിനെ സംബന്ധിക്കുന്ന ചില പാട്ടുകഥ

---

4. കെ മഹാദേവശാസ്ത്രി (എഡി.) *കേരളചരിതം*, തിരുവനന്തപുരം, 1939, പു. 26.
5. *ലോഗന്റെ മലബാർ മാന്വൽ*, പു. 293.
6. ഡോ. എം വി വിഷ്ണുനമ്പൂതിരി, *വടക്കൻപാട്ടുകഥകൾ-ഒരു പഠനം*, കോട്ടയം കറന്റ് ബുക്സ്, 1995, പു. 121, 122.
7. അതേ പുസ്തകം. പു. 122.

കളിൽനിന്ന് അറയ്ക്കലും ചിറയ്ക്കലും തമ്മിലുള്ള ബന്ധം അത്ര സുഖകരമായിരുന്നില്ലെന്നാണ് മനസ്സിലാകുന്നത്. കേളുവിന്റെ പ്രേരണകൂടി അതിനു കാരണമത്രെ. എന്നാൽ, അറയ്ക്കൽ വലിയ തങ്ങൾ ചിറയ്ക്കൽ തമ്പുരാന് എതിരായി പ്രവർത്തിക്കുവാൻ വിസമ്മതിക്കുന്ന സന്ദർഭവും പാട്ടുകഥയിൽ കാണുന്നുണ്ട്.

അറയ്ക്കൽ ബീവി

അറയ്ക്കൽ രാജവംശത്തിൽ സ്ത്രീപുരുഷഭേദം നോക്കാതെ, പ്രായമേറിയ ആളാണ് ഭരണസാരഥ്യം വഹിച്ചുവന്നിരുന്നത്. പുരുഷനാണെങ്കിൽ 'മൂത്ത തങ്ങൾ' എന്നും സ്ത്രീയാണെങ്കിൽ 'ബീബി തങ്ങൾ' എന്നുമാണ് സ്ഥാനപ്പേര് നല്കാറുള്ളതെന്നും പാട്ടുകഥയിൽനിന്ന് ഗ്രഹിക്കാം. അറയ്ക്കലെ ഒരു 'ബീബി'യെ മുരിക്കഞ്ചേരി കേളു വിവാഹം ചെയ്തിരുന്നതായി ഒരു പാട്ടുകഥയിൽ പ്രസ്താവിച്ചു കാണുന്നുണ്ട്. ആ ബീബി തങ്ങളുടെ അനുമതിയോടെയാണ് ചിറയ്ക്കൽ തമ്പുരാന്റെ നേർക്ക് മാപ്പിളമാരുടെ അതിക്രമങ്ങൾ കൂടുതലും ഉണ്ടായതെന്നാണ് പാട്ടിലെ സൂചന. തമ്പുരാന്റെ നാട്ടിൽ ജോനകർ അനേകം പള്ളികൾ കെട്ടിച്ചുവെന്നും കാണുന്നു.

പറങ്കികൾ

വടക്കൻപാട്ടുകഥകളിൽ പറങ്കികൾ എന്ന് വിശേഷിപ്പിച്ചു കാണുന്നത് പോർട്ടുഗീസുകാരെയാണ്. 1498 ൽ വാസ്കോ ഡ ഗാമ കോഴിക്കോട്ട് എത്തിച്ചേരുകയും അവിടെനിന്ന് കണ്ണൂരിൽ വരികയും കോലത്തിരി രാജാവ് പോർത്തുഗീസുകാർക്ക് കച്ചവടത്തിനുവേണ്ട സൗകര്യങ്ങൾ കൊടുക്കുകയും ചെയ്തുവെന്നാണ് ചരിത്രപരാമർശം. പോർത്തുഗീസുകാരുടെ ശക്തി പ്രബലമായത് പതിനാറാം നൂറ്റാണ്ടോടെയാണ്.

"കടലിൽ പറങ്കിയെന്ന കപ്പിത്താന
കരമ്മല് നട്ടു ഞാൻ നീര് പകർന്നു
കൊമ്പും തരംവെച്ച് പടന്നീലാട
എനക്കെന്റെ കൂലോത്തിരുതിയില്ലല്ലോ."

എന്ന് ചിറയ്ക്കൽത്തമ്പുരാൻ പറയുന്നതായി ഒരു പാട്ടുകഥയിൽ കാണുന്നുണ്ട്. പോർത്തുഗീസുകാരുടെ വളർച്ചയുടെ ചരിത്രമാണിത് സൂചിപ്പിക്കുന്നത്.

പാളയംപട

കേളുവിന്റെ അന്ത്യം വരുത്തുവാൻ പാളയംപട ഇറക്കപ്പെട്ടതായി പാട്ടുകളിൽ പറയുന്നുണ്ട്. കട്ടത്തിൻമീത്തല് കന്നടോന്റെ പടയത്രെ അത്. മങ്ങലാപുരം കോട്ടയടക്കമുള്ള കോട്ടകളുടെ അധിപതിയാണ് കന്നടോനെന്നും പാട്ടിൽനിന്ന് മനസ്സിലാക്കാം. അവൻ ചിറയ്ക്കൽ തമ്പുരാന്റെ

കുടിയാനാണെന്നും. പക്ഷേ, പ്രബലനായിത്തീർന്ന അവൻ തമ്പുരാനെ ധിക്കരിക്കുകയാണ് ചെയ്തതെന്നും പാട്ടിൽ പറയുന്നു. കല്യാട്ട് കുഞ്ഞിക്കണ്ണനാണ് ആ വനരാജന്റെ മകളെ വിവാഹം കഴിച്ചത്. കണ്ണന്റെ ഒത്താശയിലാണ് പാളയംപട ഇറങ്ങിയത്. ചരിത്രകാരന്മാർക്ക് ഈ കാര്യങ്ങളൊന്നും രേഖപ്പെടുത്തുവാൻ കഴിഞ്ഞിട്ടില്ല. സൂക്ഷ്മമായ അന്വേഷണം കൊണ്ട് ഈ ആഖ്യാനങ്ങളുടെ പൊരുൾ മനസ്സിലാക്കുവാൻ ചരിത്രാന്വേഷകർക്ക് കഴിഞ്ഞേക്കാം.

മുരിക്കഞ്ചേരി കേളു ജീവിച്ചിരുന്ന ഒരു പടനായകനായിരുന്നുവെന്നും, ചിറയ്ക്കൽ, അറയ്ക്കൽ എന്നീ രാജവംശങ്ങളുമായി അയാൾ ബന്ധപ്പെട്ടിരുന്നുവെന്നും കണ്ണൂരിലെ പയ്യാമ്പലത്താണ് ആ വീരപുരുഷന്റെ അന്ത്യമുണ്ടായതെന്നുമുള്ള വിശ്വാസം ഇന്നും നിലനില്ക്കുന്നു. മുരിക്കഞ്ചേരി കേളുവിന്റെ വീരകഥപ്പാട്ടുപോലുള്ള പാട്ടുകഥകൾ ചരിത്രപരമായ അന്വേഷണങ്ങൾക്കുള്ള മാർഗ്ഗം തുറന്നുതരികയാണ് ചെയ്യുന്നത്.

ഭാഷയും സാഹിത്യവും

വടക്കൻപാട്ടുകഥകൾ അകൃത്രിമമായ സാഹിത്യഭംഗിയുള്ളവയും രസാനുഭൂതി പകർന്നുതരുന്നവയുമാണ്. അത്യുത്തര കേരളത്തിലെ സാമാന്യജനങ്ങളുടെ വ്യവഹാരഭാഷയിൽ വാർന്നുവീഴുന്നവയാണ് ഈ ജനകീയ ഗാനങ്ങൾ. അതിനാൽ, ഭാഷാപരമായ പല സവിശേഷതകളും പാട്ടുകഥകൾക്കുണ്ട്. മുരിക്കഞ്ചേരി കേളുവിനെ സംബന്ധിക്കുന്ന പാട്ടുകഥകളിലെ ഭാഷാപരവും സാഹിത്യപരവുമായ സവിശേഷതകൾ പരിശോധിക്കാം.

പദങ്ങളും പ്രയോഗങ്ങളും

വിഭക്തിപ്രത്യയം, സന്ധി എന്നിവയെ സംബന്ധിച്ചും ക്രിയാരൂപങ്ങളെ സംബന്ധിച്ചുമുള്ള സവിശേഷതകൾ, വർണ്ണവികാരവും രൂപഭേദവും വന്ന പദങ്ങൾ, പദങ്ങളുടെ സങ്കോചരൂപങ്ങൾ, ഗ്രാമ്യപദപ്രയോഗങ്ങൾ തുടങ്ങിയവയെല്ലാം മറ്റു വടക്കൻപാട്ടുകഥകളിലെന്നപോലെ കേളുവിന്റെ വീരപ്പാട്ടുകഥയിലും കാണാവുന്നതാണ്:

1. വിഭക്തിപ്രത്യയസംബന്ധമായ സവിശേഷതകൾ

എ) പ്രതിഗ്രാഹികാവിഭക്തി പ്രത്യയമായ എകാരം അകാരമായി ഉച്ചരിക്കുന്നു.
ആനേന (ആനയെ), അമ്മേന, കേളൂന, ചന്തൂന (ചന്തുവിനെ), കുതിരേന, ഭഗവതീന, ആശാര്യള (ആശാരികളെ), നായറ (നായരെ).

ബി) സംബന്ധികാവിഭക്തിപ്രത്യയമെന്ന നിലയിൽ 'എ' പ്രയോഗിക്കുന്നു.
പെട്ടീരെ (പെട്ടിയുടെ), പട്ടാണീരെ, കോട്ടേരെ, അമ്മേരെ.

സി) ഉദ്ദേശികാവിഭക്തി പ്രത്യയമായി 'ഇ' പ്രയോഗിക്കുന്നു.
അവനി (അവന്), കേളുവിനി, കുളത്തിനി, ഊട്ടിനി (ഊട്ടിന്).

2. സന്ധിവിഷയകമായ പ്രത്യേകതകൾ

എ) 'ഓർന്നിത്യം' എന്ന *ലീലാതിലക*സൂത്രത്തെ സാധൂകരിക്കുന്ന ചില പ്രയോഗങ്ങൾ. ഉ വർണ്ണത്തിൽനിന്ന് പരമായി സ്വരം വന്നാൽ ഇടയിൽ നിത്യമായി വകാരം ആഗമിക്കുമെന്നാണ് സൂത്രാർത്ഥം.
അതുവും, തലയുവും, ആരുവും, ചോറുവും, കള്ളവും, ചേരുവും, എണ്ണയുവും, കണക്കുവും എന്നിങ്ങനെ അനേകം ഉദാഹരണങ്ങൾ പാട്ടുകഥകളിൽ കാണാം.

ബി) പദമദ്ധ്യത്തിലോ പദാന്ത്യത്തിലോ ചില്ലുകൾക്കോ വർണ്ണങ്ങൾക്കോ ഉള്ള ലോപം.

നി(ൽ)ക്ക	പോ(ക)ണം
നമ്മ(ൾ)ക്ക്	എല്ലാ(വ)രും
ആ(ൾ)ക്ക്	പഞ്ച(സാ)ര
വള(ർ)ന്നോ	പു(ൽ)പ്പൊര
പുല(ർ)ച്ചയ്ക്ക്	താ(ഴ്)ത്തി

സി) ഒരക്ഷരം ലോപിച്ച് മറ്റൊന്ന് ദീർഘിപ്പിക്കുന്നവ.

മുട്ടൂത്തി (മുട്ടുകുത്തി)	പലിശോണ്ട് (പലിശകൊണ്ട്)
കേളീം (കേളിയും)	കേട്ടോണ്ട് (കേട്ടുകൊണ്ട്)
ഇട്ടീം (ഇട്ടിയും)	വട്ടോട്ട് (വട്ടമിട്ട്)
	പിന്നീം (പിന്നെയും)

3. ക്രിയാരൂപവിഷയകമായ പ്രത്യേകതകൾ

എ) വന്നിരുന്നു, ചെന്നിരുന്നു എന്നിവയ്ക്കുപകരം വന്നിനി, ചെന്നിനി എന്നിങ്ങനെയുള്ള പ്രയോഗം. ഇവയെ വന്നോണ്ടിനി, ചെന്നോണ്ടിനി, കൊടുത്തോണ്ടിനി, കൊണ്ടന്നിനി, കടന്നിനി എന്നിങ്ങനെയും പ്രയോഗിച്ചുകാണുന്നു.

ബ) പോരുമ്പോൾ, വരുമ്പോൾ തുടങ്ങിയവ പോകുമ്പം, വരുമ്പം എന്നിങ്ങനെ ഉച്ചരിക്കുന്നു. നോക്കുമ്പം, വിളിക്കുമ്പം, വയസ്സാകുമ്പം, എഴുതിക്കുമ്പം എന്നിങ്ങനെ ധാരാളം പദങ്ങൾ പാട്ടുകളിൽ കാണാവുന്നതാണ്.

സി) വന്നുകൊള്ളുന്നു, പറഞ്ഞുകൊള്ളുന്നു ഇത്യാദിരൂപങ്ങൾക്കു വന്നോള്ന്ന്, പറഞ്ഞോള്ന്ന് എന്നിങ്ങനെ രൂപഭേദം വന്നുകാണാം. വീണോള്ന്ന്, പുളച്ചോള്ന്ന്.

ഡി) പോവ്വ (പോവുക), വരുത്ത്വ (വരുത്തുക), കൂട്ട്വ (കൂട്ടുക), മുടക്ക്വ (മുടക്കുക), തീണ്ട്വ (തീണ്ടുക), കേക്ക്വ (കേൾക്കുക) എന്നിങ്ങനെയുള്ള ക്രിയാരൂപങ്ങൾ.

ഇ) പോയപ്പോൾ, വന്നപ്പോൾ, കണ്ടപ്പോൾ എന്നിങ്ങനെയുള്ള ക്രിയാരൂപങ്ങൾ പോയപ്പം, വന്നപ്പം, കണ്ടപ്പം എന്ന രൂപങ്ങളിലാണ് പാട്ടുകഥകളിൽ പ്രായേണ കാണുന്നത്. ഇപ്പം (ഇപ്പോൾ), എപ്പം (എപ്പോൾ), അപ്പം (അപ്പോൾ) എന്നീ രൂപങ്ങളുമുണ്ട്.

എഫ്) പൂട്ടിയിരുന്നുപോലും, കടന്നിരുന്നുപോലും എന്നീ ക്രിയാരൂപങ്ങൾ പൂട്ടീനോലും, കടന്നിനോലും എന്നിങ്ങനെ പ്രയോഗിച്ചുകാണാം.

ജി) കേട്ടുകൊണ്ട്, ഇരുന്നുകൊണ്ട് ഇത്യാദി പദങ്ങൾ കേട്ടോണ്ട്, ഇരിന്നോണ്ട് എന്നിങ്ങനെ സങ്കോചിപ്പിച്ചാണ് ഉച്ചരിക്കുന്നത്.

എച്ച്) വളർന്നുകൊള്ളട്ടെ, ഇരുന്നുകൊള്ളട്ടെ എന്നീ ക്രിയാരൂപങ്ങൾ വളന്നോളട്ട്, ഇരുന്നോളട്ട് എന്നിങ്ങനെ സങ്കോചിപ്പിച്ച് ഉച്ചരിക്കുന്നു.

4. വർണ്ണവികാരം

വർണ്ണവികാരവും പദസങ്കോചവും വന്ന രൂപങ്ങൾ വടക്കൻപാട്ടുകഥകളിൽ സർവ്വത്ര കാണാവുന്നതാണ്.

എ) 'ട്ട' എന്നത് 'റ്റ' യായി മാറിയ രൂപങ്ങൾ.
പോയിറ്റ് (പോയിട്ട്), കരഞ്ഞിറ്റ്, കഴിഞ്ഞോണ്ടിറ്റ്, തന്നോണ്ടിറ്റ്, വെച്ചോണ്ടിറ്റ്, എരിഞ്ഞോണ്ടിറ്റ്, കേറീറ്റ്. ഇതിൽ പദസങ്കോചവും കാണാം.

ബി) കേളൂനീം (കേളുവിനെയും), അമ്മേനീം (അമ്മയേയും), തമ്പാട്ട്യളീം (തമ്പാട്ടികളെയും) എന്നിങ്ങനെ സങ്കോചവും രൂപഭേദവും വന്ന പദങ്ങൾ.

സി) കൂലോം (കോവിലകം), മോലോം (മഹാകോവിലകം), കാലോം (കാലവും) എന്നിങ്ങനെ സങ്കോചം വന്ന പദങ്ങൾ.

ഡി) കേറ്യങ്ങ് (കേറിയങ്ങ്), തന്ന്യങ്ങ് (തന്നെയങ്ങ്), മാള്യ (മാളിക) എന്നിങ്ങനെയുള്ള സങ്കോചരൂപങ്ങൾ.

ഇ) അകാരം ഇകാരമായി പരിണമിച്ച രൂപങ്ങൾ: നായി (നായ).

എഫ്) ഇകാരം അകാരമായി ഉച്ചരിക്കുന്ന രൂപങ്ങൾ: എനക്ക് (എനിക്ക്).

ജി) ഇകാരം എകാരമായി മാറിയ രൂപങ്ങൾ: വെളക്ക് (വിളക്ക്), ചെറക്കൽ (ചിറയ്ക്കൽ), എറച്ചി (ഇറച്ചി).

എച്ച്) ഉകാരം ഇകാരമായി പരിണമിച്ച ശബ്ദങ്ങൾ: ഇണ്ട് (ഉണ്ട്), മിറ്റം (മുറ്റം).

ഐ) ഉകാരം ഒകാരമായി മാറിയവ: കൊളം (കുളം), തൊയ (തുഴ), പൊര (പുര).

ജെ) എകാരം ഇകാരമായി മാറിയത്: ചിലവ് (ചെലവ്).

കെ) എകാരം അകാരമായവ: ഇന്നല (ഇന്നലെ), നാള (നാളെ), കൂട (കൂടെ), അവിട (അവിടെ), അവന (അവനെ).

എൽ) 'ത'കാരം 'യ'കാരമായി പരിണമിച്ച പദങ്ങളും ദുർലഭമായി കാണാം. പയറ്റടി (പതിറ്റടി).

എം) 'ദ'കാരം 'ത'കാരമായിട്ടു പ്രയോഗിച്ച രൂപങ്ങൾ നിരവധിയാണ്. മതിക്കുക (മദിക്കുക), ചോതിക്കുക (ചോദിക്കുക), ആതി (ആദി).

എൻ) ഹകാരം ഇകാരമായി മാറുന്നുണ്ട്; ഇതം (ഹിതം).

ഒ) 'ശ'കാരം യകാരമായി രൂപാന്തരപ്പെടും: കന്നിരായി (കന്നിരാശി).

പി) 'ഴ'കാരം യകാരമായി മാറുകയെന്നത് സർവ്വസാധാരണമായ വർണ്ണവികാരമാണ്. വയി (വഴി), അയി (അഴി), തായ (താഴ - താഴെ), കുയി (കുഴി), ഒയിഞ്ഞ (ഒഴിഞ്ഞ), കയിഞ്ഞോണ്ടാല് (കഴിഞ്ഞു കൊണ്ടാൽ), വായിച്ച (വാഴിച്ച), അത്തായം (അത്താഴം), പയേരി (പഴേരി-പഴയരി) എന്നിവ ഉദാഹരണങ്ങൾ.

ക്യു) ഇരട്ടിച്ച 'ള'കാരം ഇരട്ടിച്ച 'ല'കാരമാകും. കേട്ടതില്ലു (കേട്ടതുള്ളു), ഉചിതില്ലെ (ഉചിതമുള്ളെ), കൂറില്ലെ (കൂറുള്ളെ), വാലില്ലെ (വാലുള്ള), ഇല്ലൊരു (ഉള്ളൊരു), ഇല്ലൂ (ഉള്ളു) എന്നീ പദങ്ങൾ അതിനു തെളിവാണ്.

ആർ) സത്തിയം (സത്യം), ചിത്തറം (ചിത്രം), കാരിയം (കാര്യം), യന്തറം (യന്ത്രം), ഇത്തറ (ഇത്ര), കിറുപ (കൃപ), ദേഷിയം (ദേഷ്യം), ക്ഷേത്തിറം (ക്ഷേത്രം), തീറുന്നു (തീർന്നു), സൊറഗ്ഗം (സ്വർഗ്ഗം), കായിച്ച (കാഴ്ച), കലുപ്പന (കല്പന) എന്നിങ്ങനെയുള്ള രൂപ പരിണാമവും വടക്കൻപാട്ടുകഥകളിൽ സർവ്വസാധാരണമാണ്.

5. ഗ്രാമ്യപ്രയോഗങ്ങൾ

വടക്കൻപാട്ടുകഥകളിൽ അനേകം ഗ്രാമ്യപദങ്ങൾ കണ്ടെത്താവുന്നതാണ്. അവയിൽ മിക്കതും ഉത്തരകേരളത്തിലെ വ്യവഹാരഭാഷയിൽ നിലവിലുള്ളവയാണ്. ആട (അവിടെ), ഈട (ഇവിടെ), ഏട (എവിടെ), ഒരിക്കാ (ഒരിക്കൽ), ഓൻ (അവൻ), ഓൾ (അവൾ), ഓറ് (അവർ), കുട്ട (കൊട്ട), കൂറ്റ് (ശബ്ദം), താണ (താഴ്ന്ന), കനക (കനക്ക-നല്ലവണ്ണം), ഏളുക (എഴുന്നള്ളുക), കുരിയ (കൈതോലകൊണ്ട് മെടഞ്ഞുണ്ടാക്കുന്ന ഒരുതരം സഞ്ചി), ആരി (ആർ), ആരിക്ക് (ആർക്ക്), അപ്യ (അവർ), ഏട്ടൻ (ജ്യേഷ്ഠൻ), ഒക്ക (ഒപ്പം), ഒക്കന (ഒക്കവെ), തൊപ്പൻ (ധാരാളം), കീയുക (ഇറങ്ങുക), ഏള (ഒരുതരം പക്ഷി), എരിഞ്ഞി (ഇലഞ്ഞി), കൈപ്പാട് (ചതുപ്പുനിലം), താത്തു (താഴ്ത്തി), പൂവ (പോകാം), പലിശ (പരിച), ഈട്ന്ന് (ഇവിടെനിന്ന്), പോതം (ബോധം), ചെക്കൻ (ചെറുക്കൻ-പയ്യൻ), ചീട്ട് (ശീട്ട്), ഇരുതി (ഇരുത്തം), പേറ് (ചുമട്), മിന്നല് (മുന്നിൽ), നിക്കാരം (നമസ്കാരം), തലപ്രം (തലപ്പുറം), കേക്ക് (കിഴക്ക്),

ഉമ്മ (മാപ്പിളസ്ത്രീ), കേളിതം (കേൾവി), പുറപ്പാട് (പാട്ടം) എന്നിങ്ങനെ എത്രയോ പദങ്ങൾ എടുത്തു പറയുവാനുണ്ട്.

ഘടന

പാടിപ്പാടി കഥയെ മുന്നോട്ടു നയിക്കുന്ന ഒരു പ്രവണതയാണ് വടക്കൻപാട്ടുകഥകളിൽ അനുവർത്തിച്ചുകാണുന്നത്. പല പാട്ടുകളിലും പദങ്ങളോ പാദങ്ങളോ സമാനമായി വരുന്നതിനുള്ള ഹേതു അതാണ്. വടക്കൻപാട്ടുകഥകളിലെ ഘടനാപരമായ സവിശേഷതകളിൽ പലതും മുരിക്കഞ്ചേരി കേളുവിന്റെ പാട്ടുകഥകളിലും കാണുവാൻ കഴിയും.

അ) തുല്യാർത്ഥ പദപ്രയോഗം

പലതരത്തിലുള്ള പദ-വാക്യാവർത്തനങ്ങൾ പാട്ടുകഥകളിൽ കാണുവാൻ കഴിയും. തുല്യാർത്ഥമുള്ള സമാനപദങ്ങളുടെ ആവർത്തനം അതിലൊന്നാണ്. ആവർത്തിച്ചുള്ള പദവിന്യാസം ഒരു ശൈലിയുടെ പ്രതീതിയാണ് ഉളവാക്കുക.

'ചുറ്റച്ചുഴല നടന്നുനോക്കി'
'മണിയാറിടം വീട് കണ്ടുംപോയി'
'എന്തൊരു കൂറ്റോശ കേൾക്കുന്നത്'

ആ) നാമങ്ങൾ അതിനു തൊട്ടടുത്തുതന്നെ ക്രിയാരൂപത്തിൽ പ്രയോഗിക്കുന്നു.

'പാച്ചലെ പായ്ന്ന് പാട്ടാളിയോ'
'എന്തൊരു പറച്ചില് പറയുന്നേ മോനേ'
'തമ്പുരാന കണ്ണാലെ കാണുന്നേരം'

ഇ) ഒരേ പദംതന്നെ ആവശ്യമില്ലെങ്കിലും ആവർത്തിക്കുന്ന ഒരു ശൈലി വടക്കൻ പാട്ടുകഥകളിൽ സാധാരണയായി കാണാം.

'നേരം വെളുത്ത് വെളി വന്നപ്പം'
'മുരിക്കഞ്ചേരി കേളു കുഞ്ഞിക്കേളു'
'ഓമനച്ചിറയും ചിറപ്പടമ്മ'
'വാണിയൻ പട്ടാളിയെന്റെ പാട്ടാളി'

ഈ) പാദങ്ങളുടേയോ പാദഭാഗങ്ങളുടേയോ പദങ്ങളുടേയോ ആവർത്തനം പാട്ടുകഥകളിൽ സാധാരണമായി കാണാം.

'മാടായിക്കോട്ടയൊന്ന് നോക്കുവാനും
മാടായിക്കോട്ടയൊന്ന് കാണുവാനും'
'മണിയാറിടംവീട് കണ്ടുംപോയി
മണിയാറിടം വീട് നോക്കുന്നേരം'
'പാലമൃത് കാച്ച്ന്ന് കണ്ണനല്ലേ
പാലമൃത് തന്നെ കയിച്ചോള്ന്ന്'
'വിളക്കുകാണാൻ വന്നുള്ളെ ജോനവര്പോലും
വിളക്കുകണ്ടേ അവരിവ്ട്ന്നേയിക്കും പോലും.'
'വിലങ്ങിന്റെ താക്കോല് കൊടുത്തോള്ന്ന്
വിലങ്ങിന്റെ വാതില് തുറന്നുകണ്ണൻ'
'അടുത്തില തറയായിറ്റും ബന്ധം കെട്ടി
അടുത്തില തറയിലെ തീയ്യന്മാരും
അടുത്തില തറയിലെ നായമ്മാറും
അടുത്തില തറയിലെ നമ്പിയാമ്മാറും'

ഉ) ഒന്നാം പാദാന്ത്യത്തിലെ പദംകൊണ്ട് രണ്ടാം പാദം ആരംഭിക്കുന്നു.
'മാടായിപ്പാറമ്മ കരിമ്പാറമ്മ
പാറമ്മ പുഞ്ച വിതപ്പിക്കും ഞാൻ'

ഊ) പാദാരംഭത്തിൽ ചില പ്രത്യേക പദങ്ങൾ പലേടത്തുമായി പ്രയോഗിച്ചുകാണാം.
'അതുതന്നെ കേട്ടുവാ ജോനകര്'
'അതുതന്നെ കേൾക്കുന്ന് പാട്ടാളിയോ'
'അന്നേരം തമ്പുരാനരുളപ്പാട്'
'അന്നേരരുളപ്പാട്ണ്ടാക്ന്ന്'
'അന്നേരം പറയ്ന്ന് ജോനകര്'
'അന്നേരം കലുപ്പന തമ്പുരാനും'
'അന്നേരെ കോരൻ പറയ്ന്ന്ണ്ട്'
'അന്നേരെയമ്മ പറഞ്ഞോള്ന്ന്'

'അപ്പോ പറയ്ന്ന് ജോനകര്'
'അപ്പോ പറഞ്ഞല്ലൊ നായമ്മാറ്'
'അപ്പോളെ കലുപ്പന തമ്പുരാനും'
'പിന്നീം പറയ്ന്ന് തമ്പുരാനോ'
'പിന്നീം പറഞ്ഞല്ലോ കുഞ്ഞിക്കേളു'
'പിന്നയും തമ്പുരാൻ ചോദിക്ക്ന്ന്'
'പിന്നയും പോകുന്ന പാട്ടാളിയും'
'ആ വാക്ക് കേട്ടോരു കുഞ്ഞിക്കേളു'
'ആ വാക്ക് കേട്ടുള്ളെ തമ്പുരാന്'

എ) വടക്കൻപാട്ടുകഥകളിൽ 'ഓമന', 'കുഞ്ഞി' എന്നീ പദങ്ങൾ ഒരു ശൈലിപോലെ ധാരാളം പ്രയോഗിച്ചുകാണുന്നുണ്ട്.

'ഓമനച്ചിറക്കലെ തമ്പുരാന്'
'ഓമനതളിപ്പറമ്പി പോവവേണേ'
'ഓമനചെറുകുന്നിനി വന്നവര്'
'ഓമനമുരിക്കഞ്ചേരി കുഞ്ഞിക്കേളു'

ഏ) വടക്കൻപാട്ടുകഥകളിൽ സംബോധികാപദങ്ങളുടെ ഘടനയും സവിശേഷ സ്വഭാവമുള്ളതാണ്.

'അടിയൻ തലയുടെ തമ്പുരാനേ'
'അച്ചുതവാരിയാ കണക്കെഴുത്താ'
'മുരിക്കഞ്ചേരി കേളു കുഞ്ഞിക്കേളു'
'ഏ രാമ, ഏ രാമ വാരിക്കരേ'
'ഏ ചെക്ക ഏ ചെക്ക മമ്മത് ചെക്ക'

ഗൃഹനാമം, സ്ഥലനാമം, കുല(ജാതി)നാമം, തൊഴിൽ തുടങ്ങിയ പല കാര്യങ്ങളും സൂചിപ്പിക്കുന്നവയാണ് സംബോധികാപദങ്ങൾ എന്ന് മനസ്സിലാക്കാം. സംസ്കൃതത്തിൽ സംബോധന ചെയ്യുന്ന രീതിയുടെ വികലമായ ഒരു അനുകരണമായിരിക്കാം 'ഏ രാമ', 'ഏ ചെക്ക' എന്നിങ്ങനെയുള്ള രൂപങ്ങൾ.

രസാനുഭൂതി, അലങ്കാരം

രസാവിഷ്കരണത്തിന്റെ കാര്യത്തിൽ വടക്കൻപാട്ടുകഥകൾ മുമ്പിലാണ്. മുരിക്കഞ്ചേരി കേളുവിന്റെ പാട്ടുകഥകളിൽ വീരരസമാണ് മുറ്റി

നില്ക്കുന്നത്. കരുണരസം അംഗമായി വരുന്നു. ചിരിയും കരച്ചിലും പോലെ പ്രധാനമാണ് നർമ്മ രസാവിഷ്കരണം. നർമ്മരസം തുളുമ്പുന്ന 'കുത്തുവാക്കു'കളുടെ പ്രയോഗം ഈ പാട്ടുകളിലും കാണാവുന്നതാണ്. നാഴിയും താക്കോലും തൃപ്പടിമ്മൽവച്ച് കോട്ടവിട്ട കേളു അറയ്ക്കൽ തങ്ങളെ സന്ദർശിക്കുന്നതാണ് സന്ദർഭം.

'ഓമനച്ചിറക്കലെ നല്ലരിയും
നല്ലരിതിന്നുമടുത്തോ കേളു
കോയ്ച്ചാറ് കൂട്ടി മടുത്തോ കേളു
പൊടിയരി തിന്നാനോ വന്നത് കേളു'

എന്ന് തങ്ങൾ പറയുന്നു. തുളച്ചു കയറുന്ന നർമ്മം ഈ വരികളിൽ കളിയാടുന്നു.

'എന്ന്യൊന്ന് നോക്കാനോ വന്നത് കേളു
എന്ന്യൊന്ന് കാണാനോ വന്നത് കേളു'

തുടങ്ങിയ ഭാഗങ്ങളിലും നർമ്മത്തിന്റെ അലകൾ കാണാം.

അകൃത്രിമങ്ങളായ അലങ്കാരങ്ങൾ ഈ പാട്ടുകഥകളിൽ പരിലസിക്കുന്നുണ്ട്. കേളു പടിപ്പുരയിൽനിന്ന് കുട്ടികളെ പഠിപ്പിക്കുന്ന ശബ്ദം കേട്ട്,

'നഗരത്ത് ചോനവരെ ചീനികൂറ്റോ
ചോലയിൽ പനം കിളി കൂവ്വോ ചെയ്ന്ന്'

എന്നാണ് സന്ദേഹിക്കുന്നത്. കേളുവും കുട്ടികളും തമ്പുരാനെ കണ്ടപ്പോൾ കുട്ടികളെല്ലാം 'മട്ടലടിച്ചേള പാറുംപോലെ' ഓടിപ്പോകുന്നു.

'വെള്ളം പോയ് കല്ലാടോയിഞ്ഞപോലെ
കേളുവാട നിന്നേടോയിഞ്ഞുംപോയി'

എന്ന അലങ്കാരപ്രയോഗം കേളുവിന്റെ നിർഭയത്വം കൂടി വ്യക്തമാക്കുന്നതാണ്.

പറങ്കികളെ ക്ഷണിച്ചുവരുത്തി അവർക്ക് കച്ചവടത്തിനുവേണ്ട സൗകര്യങ്ങളൊക്കെ ചെയ്തുകൊടുത്ത ചിറയ്ക്കൽ തമ്പുരാന് അവരെക്കൊണ്ടുള്ള ശല്യം വർദ്ധിച്ചു. തമ്പുരാൻ ഈ വസ്തുത കട്ടത്തിൻ മീത്തൽ പട്ടാണിയോടും കുഞ്ഞിക്കണ്ണനോടും സംഭാഷണമദ്ധ്യേ അറിയിക്കുന്നത്,

"കടലിൽ പറങ്ക്യെന്ന കപ്പിത്താനോ
കരമ്മില് നട്ടുഞാൻ നീർപകർന്നു
കൊമ്പും തരംവച്ച് പടന്നീലീട"

എന്നൊരു അലങ്കാരപ്രയോഗത്തിലൂടെയാണ്.

വടക്കൻ പാട്ടുകഥകൾ ശബ്ദചമൽക്കാരത്തിൽ ഒട്ടും പിറകിലല്ല. അവയിലെ പദ-വാക്യഘടന തന്നെ ശബ്ദസൗഭഗം തികഞ്ഞ മട്ടിലുള്ളവയാണ്. അനുപ്രാസം, ആദിപ്രാസം, അന്ത്യപ്രാസം തുടങ്ങിയ ശബ്ദാലങ്കാരങ്ങൾ ഈ പാട്ടുകളിലും കാണാം.

'നാടില്ല വീടില്ല കേളുവിനി
ദിക്കില്ല ദേശില്ല കേളുവിനി
ആളില്ലറത്തില്ല കേളുവിനി'
'ആന കുളിച്ചില്ല പട്ടം കെട്ടീല്ല
എമ്പ്രാൻ കുളിച്ചില്ല തറ്റുടുത്തില്ല'
'ചെറിയ വെടികൊണ്ടും ചില്ലുകൊണ്ടും
വലിയ വെടികൊണ്ടും ഉണ്ടകൊണ്ടും'
'കണ്ണുകടിയറ് തമ്പ്രാമ്മാറ്
പൊന്ന് കൊതിയറ് തമ്പ്രാമ്മാറ്'

എന്നിങ്ങനെ ഉദാഹരണങ്ങൾ എത്ര വേണമെങ്കിലും കാണുവാൻ കഴിയും.

വർണ്ണനകൾ വടക്കൻപാട്ടുകഥകളെ സവിശേഷവല്കരിക്കുന്ന ഒരു ഘടകമാണ്. ഒരുക്കിവച്ച മാതൃകയിലുള്ള വർണ്ണനകൾ അവയിൽ സ്വാഭാവികമായി പ്രത്യക്ഷപ്പെടും. കേളുവിന്റെ പാട്ടുകഥകളിലും പലതരത്തിലുള്ള വർണ്ണനകൾ ഉണ്ട്. കോട്ട, സഞ്ചാരം, കുതിരസവാരി, പട തുടങ്ങിയ പലതും ഇവയിൽ പരാമർശവിഷയമാണല്ലോ.

ബിംബകല്പന

വടക്കൻപാട്ടുകഥകളിലെ സാഹിത്യപരമായ സവിശേഷതകളിലൊന്നാണ് ഇന്ദ്രിയാധിഷ്ഠിതമായ ബിംബകല്പനകൾ. ഭാവനാസൃഷ്ടമായ വാങ്മയ ചിത്രങ്ങളാണ് ബിംബങ്ങൾ. ഇന്ദ്രിയാനുഭൂതികളുടെ ആവിഷ്കാരങ്ങളായ ദൃശ്യബിംബം, ശ്രാവണബിംബം, സ്പർശനബിംബം, ഘ്രാണനബിംബം, രാസനബിംബം, ചലനബിംബം എന്നിവയെല്ലാം ബിംബകല്പനകളിൽപ്പെടുന്നു.

'കേളൂന്റെ മാറിന് വെടികൊള്ള്ന്ന്
മുട്ടോളം ചോരയില്മുട്ട് കുത്തി'
'തമ്പുരാൻ വെച്ചൊരു പലിശയല്ലോ
ചവിട്ടിക്കമിക്ക്ന്ന് കേളുവല്ലേ'
'പാറയോട് മല്ലിട്ട് കളിക്കുന്നല്ലോ'
'കൂട്ടയും പാള യൊലുമ്പ്ന്നല്ലോ'
'ചിത്തറം കൊത്തും പണിയും കണ്ടു
ചുറ്റും പണിയും മരപ്പണികണ്ടു'

എന്നിങ്ങനെ ഹൃദയഹാരിയായ ദൃശ്യബിംബങ്ങൾക്ക് ഈ പാട്ടുകഥകളിൽ ഒരു ക്ഷാമവുമില്ല.

'കൂട്ട്യളെ കൂറ്റോശ കേൾക്കാ ചെയ്ന്ന്'
കേളൂന്റെ മാറിനി വെടികൊള്ള്ന്ന്'

ചെറിയ വെടി കൊണ്ടും ചില്ലു കൊണ്ടും
വലിയ വെടികൊണ്ടും ഉണ്ടകൊണ്ടും'

എന്നിങ്ങനെയുള്ള ശ്രാവണബിംബങ്ങളും അവയിൽ കാണാം.

ചലനബിംബങ്ങളാണ് ഈ പാട്ടുകഥകളിലെ വാങ്മയ ചിത്രങ്ങളിൽ മറ്റൊരിനം. ദൃശ്യസ്വഭാവം ഇവയ്ക്കുമുണ്ട്. ഇവയിൽ ചിലതിന് നൈരന്തര്യസ്വഭാവവും കാണാം.

"തരവോല വാങ്ങ്ന്ന് കുഞ്ഞിക്കേളു
ഓല തിരിച്ചും മറിച്ചും നോക്കി"
"പയ്യാമ്പലം കുന്ന് കേറുന്നേരം
മൂവടി കുതിരയങ്ങ് ചാടുന്നേരം
കുതിരയും കേളുവും വീഴുന്നതാ"
"മാടായിപാറക്ക് വന്നോള്ന്ന്
മാടായിപ്പാറ കരിമ്പാറമ്മ
പുഞ്ചക്കുണ്ടായിറ്റെടുപ്പിക്ക്ന്ന്"
"പാറമ്മൽ പുഞ്ച വിതപ്പിക്ക്ന്ന്"
"കട്ടിമ്മല് വീഴുന്ന് തിരയുന്നുമ്മ"
"ഏഴുനില മാള്യ ചാടിക്കേറി"
"വെള്ളക്കുതിര പറക്കുന്നത"
"വെറ്റില ചവച്ചിട്ടും മോത്ത്തുപ്പി"
"ഇരുവരും കുടയങ്ങ് പാഞ്ഞോള്ന്ന്."

ചലനബിംബങ്ങൾ ഒരർത്ഥത്തിൽ ദൃശ്യബിംബങ്ങൾ തന്നെയാണ്. ശ്രവണധർമ്മവും ചിലപ്പോൾ അവയ്ക്ക് കൈവരും.

ചൊൽവടിവ്

വടക്കൻപാട്ടുകഥകളിലെ വൃത്തത്തിന്റെ സ്വഭാവത്തെക്കുറിച്ച് ചില പണ്ഡിതന്മാർ ചിലതൊക്കെ പറഞ്ഞുവെച്ചിട്ടുള്ളത് പാട്ടുകൾ നേരിട്ട് പാടി കേൾക്കാതെയാണ്. ഈ പാട്ടുകഥകൾ പല ചൊൽവടിവുകളിലാണ് പാടി വരുന്നത്. ഒരേ പാട്ടുതന്നെ വിവിധ 'നിറ'ങ്ങളിൽ പാടുവാൻ കഴിയും.

"തമ്പുരാന്/പതിനെട്ട്/നാടു-/ണ്ട-ല്ലോ/
പതിനെട്ട്/നാടുംപി/ടിക്കും/ഞ-ങ്ങൾ-/"

എന്നിങ്ങനെ നാല് ഖണ്ഡമായി തിരിയത്തക്കവിധം പാടാറുള്ള ചൊൽവടിവുണ്ട്. ചില പാദങ്ങളിൽ ചില ഭാഗങ്ങൾ ദ്രുതഗതിയിൽ പാടേണ്ടതായി വരും.

"കൂലോത്തിനി/തന്ന്യല്ലേ/ഴ-ന്ന-/ള്ള്-ന്ന്-/
തമ്പുരാന/കൂലോത്ത്/കൊ-ണ്ടാ/ക്ക്-ന്ന്-/"

എന്നതിൽ 'കൂലോത്തിനി', 'തമ്പുരാന' എന്നീ ഭാഗങ്ങൾ അല്പം ദ്രുതഗതിയിൽ പാടിത്തീർക്കും.

"കൈമടക്കി/കൈയിട്ടു/ നോക്കു-/നേ രം-/
ആളയും/വാളനി/ ര-ന്നു-/പോയി-/"

എന്നതിൽ നാല് ഖണ്ഡങ്ങളായി തിരിയുന്നുണ്ടെങ്കിലും ദ്രുതഗതിയിലാണ് പാടേണ്ടത്.

"ആപത്ത്/മാലയ/-നർത്ഥ/മാല-/
കോയിക്കോ/ലമ്മേന്റെ/ക-ണ്ട-/മാ ല-/"

എന്നത് നാല് ഖണ്ഡങ്ങളായി പതിഞ്ഞ മട്ടിൽ നീട്ടി ചൊല്ലേണ്ടതാണ്.

"മണിയാറി/ടത്തിൽ/നി-ന്നു-/ പ - ട -/
എങ്ങാനും/ നീങ്ങാൻ ക/ഴി - യു - / ന്നി - ല്ല -/"

എന്നതിൽ നാലു ഖണ്ഡങ്ങളായി മുറിയുന്നുണ്ടെങ്കിലും ദ്രുതഗതിയിലുള്ളതാണ് അതിന്റെ ചൊൽവടിവ്.

ചില വരികളിൽ പാദാദിയിലോ ഇടയിലോ വരുന്ന അധികാക്ഷരമോ അധികാക്ഷരങ്ങളോ ചൊൽവടിവിന്റെ സാധാരണഗതിക്ക് തടസ്സമാകാറുണ്ട്. അത്തരം ഭാഗങ്ങൾ ദ്രുതഗതിയിൽ പാടിയൊഴിച്ച്, മറ്റു ഭാഗങ്ങൾ സാധാരണ മട്ടിൽ ചൊല്ലിപ്പോവുകയാണ് പതിവ്. ഗ്രാമീണരായ പാട്ടുകാർക്ക് അക്ഷരങ്ങളുടെയും മാത്രയുടെയും ഈ ആധിക്യം ഒരു ന്യൂനതയായി അനുഭവപ്പെടാറില്ല. അത്തരം ദോഷങ്ങൾ ചൊൽവടിവിൽ നികന്നുപോകും. ഇതിന് ഏതാനും ഉദാഹരണങ്ങൾ എടുത്തുകാണിക്കാം.

"എന്റെ നായിയും താക്കോല് വെക്കേകേളു"
"എന്റെ വളോലങ്ങൊന്നു കുറഞ്ഞുവെങ്കില്"
"എന്റെയിടവാളുകാരാ പരിശക്കാരാ"
"എന്റമ്മേരെപേർ വിളിയാന്ന് തമ്പ്രാനേ"
"ആട ചങ്ങാടം കെട്ടിപ്പിടിക്കുകയും"
"കുഞ്ഞരയാലും തറയൊന്ന് കണ്ടുവല്ലോ"
"ഇത് കല്ലുംമരംകൊണ്ടെടുത്തപണി"
"ഒരു നൂറ്റൊന്ന് നായ്മ്മാറുംവയിതിരിയ്ന്നാ"
"ഒരു പൊന്തിക്കോലാധാരായ് വന്നു ഞാന്"
"നീ യെന്താ പറയ്ന്ന് കുഞ്ഞിക്കേളു"
"ഓലയും പൊൻ നാരായോ കൂട്ടിപ്പിടിച്ചു."

ഭാഗം 2

വടക്കൻ പാട്ടുകഥ

മുരിക്കഞ്ചേരി കേളുവിന്റെ പാട്ടുകഥ
പാട്ട് ഒന്ന്

മുരിക്കഞ്ചേരി കേളുവിനെ സംബന്ധിച്ച് ലഭിച്ച പാട്ടുകഥകളിൽ സുദീർഘമായ പാട്ടാണിത്. നിരിച്ചൻ കാഞ്ഞൻ എന്ന കാഞ്ഞൻ പൂജാരിയിൽനിന്നും പാടിക്കേട്ടതാണ് ഈ പാട്ട്.

ഓമനച്ചിറക്കലെ തമ്പുരാന്
കുംഭമാസിങ്ങു പിറക്കാറായി
കുംഭമാസിരുപത്തിരണ്ടാകുമ്പം
ഏടയൊരുത്തീലും[1] പോയിക്കൂട
തമ്പുരാൻ ബെന്ത്റ് കോലപ്പന്റെ[2]
തൃച്ചംബരത്ത് കണ്ണൻ കൃഷ്ണന്റെയും
കൊടിയും വളനീരാനാകുമ്പം[3]
ഇവിടന്നെവിടെയും പോയിക്കൂടാ
ഒന്ന്ണ്ട് കേക്കെന്റെ[4] നായിമ്മാറേ
നാളെയൊട്ടുനേരം പുലരുന്നേരം
കൊട്ടാരം വാതിലോളം പോവുകവേണം
പല്ലങ്കി[5] നന്നായ് ചമയിക്കണം
കൊട്ടാരം വാതിൽ പടിവാതിലും

---

1. എവിടെയൊരു ദിക്കിലും
2. തളിപ്പറമ്പത്തപ്പന്റെ
3. തൃച്ചംബരം ക്ഷേത്രത്തിൽ ഉത്സവം കുംഭം 22 മുതൽ മീനം 6 വരെയാണ്.
4 കേൾക്കുകയെന്റെ
5. പല്ലക്ക്

നോക്കിവരണ്ണെന്റെ നായിമ്മാറേ
എന്നു പറഞ്ഞിറ്റയച്ചവര.[6]

പിറ്റന്നാ വീതിപുലരുന്നേരം
ഓമനച്ചിറക്കലെ നായിമ്മാറ്
എല്ലാരും വേഗത്തിൽ വന്നോള്ന്ന്
പല്ലങ്കി നന്നായി ചമയിക്ക്ന്ന്
ഓമനച്ചിറക്കലെ തമ്പുരാന്
ഓാറെ[7] കുളിയും കുറി കഴിഞ്ഞു
കുളിയും ജപവും കഴിയുന്ന്ണ്ട്
കാലത്തമറേത്തും[8] കഴിഞ്ഞു തമ്പുരാൻ
വെറ്റില മുറുക്കും കഴിഞ്ഞു തമ്പുരാൻ
അങ്ങനവിടെയിരിക്കുകയും
പറയുന്നല്ലന്നേരം തമ്പുരാനും
എന്റെയിടവാളുകാരാ പലിശ[9]ക്കാരാ
ഒന്നുകുറ മുന്നൂറ്[10] നായിമ്മാരേ
കൊട്ടാരം പാറയോളെഴുന്നള്ളണം
ആ വാക്കു കേട്ടല്ലോ[11] പലിശക്കാരും
പൂവ[12] പുറപ്പെടാ നായിമ്മാറേ
പൂവാനുറച്ചെന്റെ തമ്പുരാനേ
തിരുമേനി കണ്ട് കൈ തൊവ്വുകയും
ഇടവാൾ പലിശ തൊഴുതെടുത്ത്
നന്നായിറ്റോറ് പുറപ്പെടുന്നാ.

അയിക്കോട്ടു തറയാലെ വന്നുവല്ലോ
കൊട്ടാരം പാറ പടിക്കലെത്തി
പല്ലങ്കി തന്ന്യങ്ങ് താത്തവിട[13]
നേരെ വടക്കോട്ടു നോക്കുന്നേരം
കാണുന്ന നല്ലെ പടവങ്ങനെ
ഒത്തൊത്തെ അയ്യിക്കുടുക്കുംപൊയ[14]

6. അവരെ (എകാരത്തിനു പകരം അകാരം)
7. അവരുടെ (പൂജക ബഹുവചനം)
8. അമൃതേത്ത് (ഭക്ഷണം)
9. പരിച
10. മുന്നൂറിന് ഒന്ന് കുറവായി
11. കേട്ടുവല്ലോ
12. പോക
13. താഴ്ത്തി + അവിടെ
14. അഴിക്കുടുക്കും പുഴ

മൂന്ന് ഭാഗായിറ്റു കണ്ടവിട
അതിനും വലത്തങ്ങു നോക്കുന്നേരം
ഒത്തൊത്തഭൂമി പറമ്പും കണ്ടു
വലിയെ നടയുവായ്ക്കണ്ടവിട
കാലും കരയും കയ്പ്പാട്വും[15]
ഇവയെല്ലാമുള്ള പരന്ന ഭൂമി
ആയിരം തെങ്ങിലടുക്കുവാന്
മൂന്നാം മുക്കെന്നുള്ള പേരുവുണ്ടാക്കി
കൊട്ടാരം വാതുക്കെന്നുവിളിച്ചവര്
കപ്പക്കടവെ[16]ന്നും പേര് വിളിച്ചു.
കൊട്ടാരം പാറ വഴിക്കുനിന്നു
കൊട്ടാരത്തും വാതുക്കാ പാറക്കവിട
എല്ലാരും വന്നാട[17] വട്ടംകൂടി
വന്നങ്ങടുക്കുന്നാ നമ്പിയാമ്മാറ്
ഓമനച്ചിറക്കലെ തമ്പുരാന്
കൊട്ടാരത്തുംപാറ വലിയ പാറ
എഴുന്നള്ളി വന്നതറിഞ്ഞവര്
എല്ലാരും വന്നാട കൂടുകയും
പഞ്ചാരവെള്ളം കലക്കുകയും
പദവീലിരുന്ന് കുടിക്കുകയും.

നേരേയിടഭാഗം നോക്കുന്നേരം
ചാലാട്ടു തറയുവും[18] കണ്ടം[19] കണ്ടു
ആന നടുവയലൊത്ത വയല്
ആട്ത്തേക്കു[20] തന്നെ നോക്കുന്നേരോം
ഇരുപത്തി രണ്ടോളം കുട്ടികള്
പൊന്നിട്ടീം കോലും കളിക്കുന്ന്ണ്ട്
ഏറ്റുപിടിക്കലും ചാടിക്കലും
നന്നായ്ക്കളിക്കുന്നൊരു കുട്ടീന[21] ക്കണ്ടു.
നമ്പിയാര് കുട്ട്യെന്നും തോന്ന്ന്ണ്ട്
നോക്കേടോ നോക്കേടോ നായിമ്മാറേ

15. ചതുപ്പുനിലം
16. കപ്പൽക്കടവ്
17. അവിടെ
18. തറയും (വകാരം ഇവിടെ കൂടുതലാണ്. *ലീലാതിലക*ത്തിലെ 'ഓർനിത്യം' എന്ന സൂത്രം നോക്കുക.)
19. കൃഷിവയൽ
20. അവിടേയ്ക്കു
21. കുട്ടിയെ

ഇരുപത്തിരണ്ടിന്റെയൊത്തീടയിൽ
അമർന്നു കളിക്കുന്നെ കുട്ടീന കണ്ടോ
പൊന്നിട്ടീം കോലും പിടിക്കുന്നതും
പൊന്നിട്ടി ചാടീറ്റങ്ങേക്കുന്നതും
എന്തൊരമെയ്‌വഴക്കെന്ന് നോക്ക്
നമ്മളവിടയൊന്നെഴുന്നള്ളേണം
ഒന്നിണ്ടോ കേക്കേണം നായിമ്മാറേ
പാങ്ങ്ളത്ത് വയലോളം പോയ്‌വരട്ടെ.

പാങ്ങ്ളത്ത് വയലോളം പോകുന്നേരം
ഇരുപത്തിരണ്ടോളം കുട്ടികളും
കുട്ടികളൊക്ക[22]യങ്ങ് പാഞ്ഞേക്ക്ന്ന്.
മുരിക്കഞ്ചേരിക്കേളു കുഞ്ഞിക്കേളു
തമ്പുരാൻ തിരുമുമ്പിൽ നിന്നവിട
തിരുമേനി കണ്ടും കൈ തൊവ്വുന്നല്ലോ
ചോതിക്കുന്നേരം തമ്പുരാന്
ഒന്ന്ണ്ടോ കേക്കെടോ കുട്ടീ നീയും
നിന്റോരു നാടേത് വീടേതാണ്
നിന്റോരു വീട്ടുംപേരെന്താക്ന്ന്
നിന്റോരു തന്റെ പേരെന്താക്ന്ന്
അന്നേരം പറയ്ന്ന് കുഞ്ഞിക്കേളു
ഐക്കോട്ട് നാടെന്റെ നാടാക്ന്ന്
ഐക്കോട്ട് തറയെന്റെ തറയാക്ന്ന്
മുരിക്കഞ്ചേരിവീട് വീടാകുന്ന്
കേളുവെന്നെന്റോരു പേരാക്ന്ന്
മുരിക്കഞ്ചേരി വീട്ടില് ചെറിയ കേളു
മുരിക്കഞ്ചേരി വീട്ടില് വലിയ കേളു
എന്റമ്മോൻ പേരുവും[23] കേളു തന്നെ
എന്റച്ഛന്റെ പേരുവും ചന്തുവെന്ന്
എന്നല്ലെ കേളു പറയുന്നത്.
പുഞ്ചിരികൊണ്ട് ചിരിച്ചു തമ്പുരാൻ
ഓമനമെയ്യൊന്നു കാണുന്നേരം
എത്തിറയുണ്ട് വയസ്സെനിക്ക്
ചോദിച്ചാലച്ഛൻ പറഞ്ഞുതരും
മുരിക്കഞ്ചേരി വീട്ടിലെഴുന്നള്ളുന്നാ
മുരിക്കഞ്ചേരി വീട്ടിലെഴുന്നള്ളുമ്പം
മുരിക്കഞ്ചേരി വീട്ടില് നമ്പിയാന്മാര്

22. മുഴുവൻ
23. പേരു (വകാരം കൂടുതലാണ്)

വേഗമെതിരേറ്റു കേറ്റുകയും
എല്ലാരും തന്നെയണ്ടെത്തുകയും
പടക്കളം മുറ്റത്ത് കൂട്ടംകൂടി
വേഗത്തിലച്ഛനും വന്നവിട
ചോതിക്കുന്നന്നേരം തമ്പുരാന്
മുരിക്കഞ്ചേരി വീട്ടിൽ കുഞ്ഞിക്കേളൂന
എന്റെ ഓമനച്ചിറക്കലയക്കവേണം.
അന്നേരം പറയ്ന്ന് നമ്പിയാന്മാര്
എന്തിനാ കേളൂനയക്കുന്നത്
ചാലാട്ട്തറയുവും കണ്ടോവ്ണ്ട്[24]
വാക്കളത്ത് വയലുവും കണ്ടോവ്ണ്ട്
അവിടനടക്കാനും നോക്കുവാനും
കേളുവല്ലിങ്ങതങ്ങുള്ളു ഞാങ്ങക്ക്[25]

ഏതും പറയല്ല നിങ്ങളോട്
മുരിക്കഞ്ചേരിക്കേളു കുഞ്ഞിക്കേളു
ഓമനച്ചിറക്കലും പോരവേണം
എനിക്കൊരു തുണയായി നിക്ക[26]വേണം
പിന്നീം പറയുന്നതച്ഛനാന്ന്
ഒന്ന്ണ്ടോ കേക്കേണം തമ്പുരാനേ
കുട്ടിക്കോരേഴു വയസ്സാകുന്ന്
വീടുവിട്ടെങ്ങനെനിക്കണ്ടത്.
അന്നേരം തമ്പുരാൻ പറയുന്നല്ലോ
എഴുത്തും പൊയിത്തും പഠിപ്പിക്കും ഞാൻ
വേണ്ടുന്ന വിദ്യ പഠിപ്പിക്കും ഞാൻ
കുട്ടീന എന്റൊക്കയക്ക[27] വേണം
ആണായാ[28] മൂന്നായി തെണ്ടിയുണ്ണേണം
പെണ്ണായാ ബന്ധൂന്റെ[29] ചോറുണ്ണേണം
അതികം[30] ചെറുപ്പെന്ന് നിനക്കരുത്.

ആ വാക്ക് കേട്ടവല്ലോ കുഞ്ഞിക്കേളു
ഒന്ന്ണ്ടോ കേക്കേണെന്റച്ചായിപ്പം

---

24. കണ്ടവും ഉണ്ട്
25. ഞങ്ങൾക്ക്
26. നിൽക്കുക
27. ഒപ്പം അയക്കുക
28. ആണായാൽ
29. ഭർത്താവിന്റെ (ബാന്ധവം ചെയ്തവൻ)
30. അധികം

തമ്പുരാന്റെ കൂടയും പോന്ന് ഞാന്
തമ്പുരാന്റെ കലുപ്പന[31] കേക്കുന്നില്ലേ
ആണായാ മുന്നായി തെണ്ടിയുണ്ണേണം
പെണ്ണായാ ബന്ധൂന്റെ ചോറുണ്ണേണം
അച്ചോറ്റിനല്ലെയുചിതോവുള്ളു
തമ്പുരാന്റെ വാക്കേതും തട്ടരുത്.
കുട്ടീരെ[32] വാക്കേറ്റം കേട്ടനേരം
അച്ഛനും കാരണോമ്മാറിരുവറും കൂടി
അമ്മയും തന്നെയങ്ങനുവദിച്ചു
പഞ്ചാരവെള്ളം കുടിക്കുകയും
പൊന്തിക്കോലാധാരായ് കീയുകയും[33]
അച്ഛനീം നന്നായി കൈതൊഴുതു
കാരണോറ ചെന്ന് കാല് പിടിച്ചു
അമ്മേനീം[34] ചെന്നിട്ട് കാല് പിടിച്ചു
ദൈവത്തെ നന്നായി കൈവണങ്ങി
പൊന്തിക്കോലാധാരായ് കീഞ്ഞു കേളു
പോയിവരട്ടെന്റെ ദൈവങ്ങളേ
കീയുമ്പോളമ്മാമൻ പറഞ്ഞോള്ന്ന്
മുരിക്കഞ്ചേരിക്കേളു കുഞ്ഞിക്കേളു
നാട്ടിന്റെ കേളീം കുറഞ്ഞുപോലാ
വീട്ടിന്റെ കേളീം കുറഞ്ഞുപോലേ[35]
മുരിക്കഞ്ചേരിവീട് മറന്നുപോലേ
ആവെന്നനുവാദം കുഞ്ഞിക്കേളു
അമ്മാമൻ വാക്ക് മനസ്സിൽ വെച്ചു
വേഗോവവിടുന്ന് കീയുന്നല്ലോ
ഓമനച്ചിറക്കലെ തമ്പുരാനും
തമ്പുരാനും തമ്പുരാന്റെ നായിമ്മാറും
ഇടവാളുകാരൻ പലിശക്കാരൻ
മുരിക്കഞ്ചേരിക്കേളു കുഞ്ഞിക്കേളു
അവിടന്നെഴുന്നള്ളിപ്പോരുകയും
ചാലാട്ടുവയലൊന്നു നോക്കുകയും
ഐക്കോട്ട്[36] തറയാലെ പോരുകയും
കൊട്ടാരത്തും പാറക്കങ്ങെത്തുകയും

31. കല്പന
32. കുട്ടിയുടെ
33. പുറപ്പെടുകയും
34. അമ്മയെയും
35. കുറഞ്ഞുപോകരുതേ
36. അഴീക്കോട്ട്

കൊട്ടാരത്തും പാറ പടിക്കൽവന്നു
അവിടയും നന്നായി നടവണങ്ങി
എനിനമ്മ[37]നാട് നടക്കുന്നില്ല
എന്നും നിനച്ചങ്ങ് വന്നവര്
ഓമനച്ചിറക്കലെഴുന്നള്ളണം
ആട്ന്നും നേരെ വലത്തെ വന്നു
അക്കിളിയത്തമ്പലം[38] കൈവണങ്ങി
വേഗത്തിൽ പോരുന്നാതമ്പുരാനും.

ഓമനച്ചിറക്കലും പോരുന്നല്ലോ
ഊട്ടുപുരശാല തിരുമുമ്പില്
ചെന്നങ്ങുകേറുന്ന തമ്പുരാന്
കേളൂനീം[39] കൈപിടിച്ചു കേറ്റുന്ന്ണ്ട്
ഒന്ന്ണ്ടോ കേക്കെന്റെ കുട്ടിപട്ടറേ
പട്ടറ[40] വിളിച്ചു പറഞ്ഞോള്ന്ന്
മുരിക്കഞ്ചേരിക്കേളു കുഞ്ഞിക്കേളു
നന്നച്ചെറുതായെ കുഞ്ഞിക്കേളു
ഒൻപത് തിരുവയസ്സെത്തിയത്ണ്ട്
എനക്കായിറ്റുള്ളോരു എണ്ണയുവും
എനക്കത് വെക്കുന്ന വെള്ളത്തിലും
നന്നായിത്തന്നെ കുളിച്ചോളട്ടെ
എനക്കതെങ്ങൊരുക്കുന്നമറയത്തും[41]
നന്നായിറ്റുണ്ട് വളന്നോളട്ടെ[42]
എഴുത്തും പൊയിത്തൊക്കെയാന്നവന്
വേണ്ടുന്നതൊക്കെ പഠിപ്പിക്കേണം
എന്നുപറഞ്ഞങ്ങുറപ്പിക്കയും
അങ്ങനെയവിടത്താൽ നിക്കുകയും.

ഓമനച്ചിറക്കന്ന് വളരുന്നല്ലോ
മുരിക്കഞ്ചേരിക്കേളു കുഞ്ഞിക്കേളു
കൈപ്പിടിച്ചോറാലെ വളരുന്ന്ണ്ട്
ഓമനച്ചിറക്കന്ന് വളന്നെ കേളു

37. ഇനി നമ്മൾ
38. അക്ളിയത്ത്ക്ഷേത്രം
39. കേളുവിനെയും
40. പട്ടരെ (വെപ്പുകാരനായ പട്ടരെ)
41. അമൃതേത്ത്
42. വളർന്നുകൊള്ളട്ടെ

ഓമനച്ചിറക്കലെ നായ്മ്മാറ്ക്കും
ഓമനച്ചിറക്കലെ പണിക്കാറ്ക്കും
ഒക്കയും മുമ്പായി നിന്നുകേളു
ആടിയോടി കേളു മെയ് വളന്നു
കേളൂനി[43] പതിനാറ് വയസ്സും തേഞ്ഞു[44]
വിദ്യകളൊക്കെ[45] പഠിച്ചു കേളു
എഴുത്തും പൊയിത്തും പഠിച്ചു കേളു
പടയും പടവെട്ടു പഠിച്ചു കേളു
നന്നായ് പഠിച്ചങ്ങുറച്ചു കേളു
കാര്യങ്ങളൊക്കെയും നോക്കിയറിയും
വേണ്ടുന്നതൊക്കെയും നോക്ക്യറിയും
വേണ്ടുന്നതൊക്കെയെടുപ്പിക്കുല്ലോ
വേണ്ടാത്തതൊക്കെ പുറംതള്ളുല്ലോ
ഇത്തറനന്നായ കുഞ്ഞിക്കേളു
ആള് വനമ്പനും[46] കുഞ്ഞിക്കേളു
മുൻതണ്ടക്കൂക്കിലും കുഞ്ഞിക്കേളു
അങ്ങനെ കുട്ടി വളരുംകാലം
ഇരുപത്തിരണ്ടു വയസ്സു തികഞ്ഞു.

അങ്ങനെയൊരുനാള് തമ്പുരാന്
കൂടിക്കുറിച്ചു പറയുന്നല്ലോ
തലശ്ശേരിക്കോട്ടയ്ക്കു വാളുണ്ടല്ലോ
കണ്ണൂരെക്കോട്ടയ്ക്കു വാളുണ്ടല്ലോ
കപ്പത്ത് പാണ്ട്യാലക്കാള്ണ്ടല്ലോ
ഇനിയൊരു കോട്ടയത് നോക്കുവാനും
ഇരുപത്തിരണ്ടുവയസ്സു തികഞ്ഞു
നാടുനടക്കാനും പിരിപ്പിക്കാനും
നമ്മക്കിപ്പൊരാള് വേണമല്ലോ
എല്ലാരുംകൂടി പറഞ്ഞോള്ന്ന്
കോലത്തുനാട് നടക്കുവാനും
അടക്കാത്തെ വാരൊക്കെ പിരിപ്പിക്കാനും
അടക്കാത്തെ പണവൊക്ക വാങ്ങുവാനും
കേളൂനത്തന്നെയയക്കവേണം
കണക്കും കെട്ടോല കൊടുക്കവേണം
കേളൂനിയൊത്തുള്ളെയാളയും കൂട്ടി

43. കേളുവിന്
44. തികഞ്ഞു
45. മുഴുവൻ
46. വമ്പൻ

കോലത്തുനാട്ടിൽപ്പിരിവുകളൊക്കെ
നന്നായിത്തന്നെ പിരിപ്പിച്ചോട്ടെ
എന്നുപറഞ്ഞിട്ടങ്ങൊത്തവര്
കണക്കും കെട്ടോല കൊടുക്കുന്നതാ.

പിറ്റന്നാ വീതി പുലരുന്നേരം
മുരിക്കൻചേരി കേളു കുഞ്ഞിക്കേളു
നാടു നടക്കാനും പിരിപ്പിക്കാനും
ഓമനച്ചിറക്കലെ പാട്ടപ്പണവും
ഓമനച്ചിറക്കലെ വാരം നെല്ലും
ഒക്കപ്പിരിപ്പിക്കാനായ് കീയുന്നതാ
തമ്പുരാൻ തൃക്കാല് പിടിക്കുകയും
എല്ലാരോടങ്ങനുവാദം ചോതിക്കയും
തമ്പുരാനോടനുവാദം ചോതിക്കുന്ന
വേണ്ടുന്ന നായ്മ്മാറ കൂട്ടുന്നതാ
ഇരുപത്തിരണ്ടോളം നായിമ്മാറും
മുരിക്കഞ്ചേരിക്കേളു കുഞ്ഞിക്കേളൂം[47]
കോലത്ത് നാട് നടക്കുന്നതാ
കോലത്തുനാടിന്റെ തെക്കെയറ്റം
വേഗം നടക്കുന്നാ കുഞ്ഞിക്കേളു
കോലത്തുനാടിന്റതിർത്തീലെത്തി
കുഞ്ഞരയാലും തറയൊന്ന് കണ്ടുവല്ലോ
ആൽത്തറ കേറിയിരുന്നവര്
നേരെ വടക്കോട്ട് നോക്കുന്നേരം
കുഞ്ഞരയാലിൻ കീയുന്നൊരുവയിക്ക്[48]
അവിടെയൊരു കുളവും കണ്ടു കേളു
ഇക്കാണും കുളമെന്ത് കുളമാക്ന്ന്
തന്മനംകൊണ്ട് നിനച്ചു കേളു
കോലത്തു നാടിന്റതിർത്തലക്ക്
കണ്ടകുളവൊരു കുളവും തന്നെ
ഒന്ന്ണ്ടോ കേക്കേടോ നായിമ്മാറേ
ഓലയെഴുതിക്കൊടുക്കുന്നതാ
അച്ഛനും കേളൂന്റെ കാരണവറ്ക്കും.
ഇരുപത്തിരണ്ടോളം നായിമ്മാറ്ന്ന്[49]
മൂന്നോളം നായ്മ്മാറ വിളിച്ചോള്ന്ന്
ഓലയുംകൊണ്ട് നിങ്ങ പോവവേണം

47. കേളുവും
48. കീഴെനിന്ന് ഒരു വഴിക്ക്
49. നായന്മാരിൽനിന്ന്

എന്നല്ലെ കേളു പറയുന്നത്
പാങ്കളത്ത് വയലിന്റെ കന്നിരായിക്ക്[50]
പാങ്കുളോമൊന്ന് കുയിക്ക[51] വേണം
നല്ലകൽ നടയും പടിയും വേണം
എന്നുപറഞ്ഞങ്ങെഴുതി കേളു
നായ്മ്മാറെ[52] കൈയിലോല കൊടുക്കുകയും
മുരിക്കഞ്ചേരി വീട്ടില് വന്നവര്
കാണുന്നുണ്ടന്നേരോമച്ഛൻതന്നെ
വേഗത്തിൽ കീഞ്ഞങ്ങുവന്നു അച്ഛൻ
എന്തായി വന്നെന്റെ നായിമ്മാറെ
എന്റെ കേളൂനങ്ങേതോ വരുതാറ്റ്നുണ്ടോ[53]
അപ്പറഞ്ഞമ്പായി ചേരും മുമ്പേ[54]
മട്ടം[55] ചെരുതിയ തരവെടുത്തു
നമ്പിയാരെ കൈയിൽ കൊടുക്കുന്നല്ലോ
നമ്പിയാരതോലയിൽ നോക്കുന്നേരം
പാങ്ങളത്ത് വയലിലങ്ങാന്നിപ്പഴ്
നൂറ്റൊന്ന് കോലിട വിസ്താരത്തിൽ
നല്ല കുളവൊന്ന് തീർക്കവേണം
ആറുമാസംകൊണ്ടങ്ങൊരുങ്ങണ്ടത്
മൂന്നുമാസം കൊണ്ടങ്ങൊരുക്കവേണം
എന്നല്ലെയോലയിൽ കാണുന്നത്.
തണ്ണീർകുടിയും കുയിപ്പിക്കയും[56]
ഓറയും തന്നെ പറഞ്ഞുവിട്ടു.

പിറ്റന്നാ വീതി പുലരുന്നേരം
കുളത്തിൻപണിയല്ലെടുക്കുന്നോറ്
മുരിക്കഞ്ചേരിക്കേളു കുഞ്ഞിക്കേളു
കോലത്തുനാട്ടിലങ്ങുള്ളയൊരു
പാട്ടക്കാരയൊക്ക കണ്ടു കേളു
വാരക്കാരയൊക്കെ കണ്ടു കേളു
അടക്കാത്ത വാരവും മാറ്റിക്കുന്നാ
കൊടുക്കാത്തെ പണമൊക്ക വാങ്ങുന്നതാ

---

50. കന്നിരാശിക്ക് (തെക്കുപടിഞ്ഞാറ് ഭാഗം)
51. കുഴിക്കുക
52. നായന്മാരുടെ
53. എന്തെങ്കിലും അസുഖമുണ്ടോ
54. പറഞ്ഞ് വായപൂട്ടുന്നതിനു മുമ്പ്
55. അര (ഉടുത്ത വസ്ത്രത്തിന്റെ അരുകിൽ)
56. കുഴിപ്പിക്കുക

കണക്കും കെട്ടോലയങ്ങ് നോക്കുകയും
ആളയങ്ങൊക്ക പിടിക്കുകയും
ചെറിയെ പറവെച്ചും വാരം മാറ്റി
വലിയെ പറവെച്ചും വാരം മാറ്റി
പാട്ടപ്പണൊക്കെപ്പിരിപ്പിക്കുന്നാ
കോലത്തുനാടതടക്കുന്നല്ലോ
ഓമനച്ചിറക്കല് കൊണ്ടുവന്നു
ഓമനച്ചിറക്കൊക്ക മെച്ചംവന്നു
നടക്കണ്ടതൊക്കെ നടത്തുന്നതാ
മുരിക്കഞ്ചേരിക്കേളു കുഞ്ഞിക്കേളു
ആടന്നും മെയ്യ് വളർന്നങ്ങനെ
ഇരുപത്തിയേഴു വയസ്സും തേഞ്ഞു
നന്നായടക്കിയൊക്കകൊണ്ടുവെക്കുന്നാ.

പിന്നീം കലുപ്പന തമ്പുരാന്
ഇക്കണ്ടവാരവും പാട്ടൊവൊക്ക
നന്നായ്പിരിച്ചീട വന്നുവല്ലോ
കൂടിപ്പറയുന്നാതമ്പുരാൻമാര്
മുരിക്കഞ്ചേരിക്കേളു കുഞ്ഞിക്കേളു
കുപ്പത്തു പാണ്ടിയാലേ കുഞ്ഞായാത്തു
അരിയളന്ന് പോറ്റിയെ കുഞ്ഞായാത്തു
മാടായിക്കോട്ടക്കൊരാളെവേണം
ആരാലും ആരാലും ആകുന്നില്ല
എരിഞ്ഞെ കരിമ്പാറയെന്നും ചൊല്ലി
പുല്ല് പുഷ്പങ്ങളില്ലവിട
തിരുളോട്ടുകാവ്വും[57] വള്ളിക്കെട്ടും
ആര്യംപള്ളില്ലവും കെട്ടിടവും
വട്ടപ്പരന്നൊരു പാറതന്നെ
മാടായിപ്പാറേരെ തെക്കെയറ്റം
കോട്ടയെന്നാടയൊന്ന് കാണുന്നുള്ളു
ആരുവൊരുത്തരും പോകുന്നില്ല
നമ്മളെ കേളുന[58]യക്കവേണം
മാടായിക്കോട്ടക്കയക്കവേണം
എല്ലാരുവൊത്തു പറയുന്നല്ലോ
മുരിക്കഞ്ചേരിക്കേളു കുഞ്ഞിക്കേളു
നീയെന്താ പറയ്ന്ന് കുഞ്ഞിക്കേളു

57. തിരുവർകാട്ടുകാവ് (മാടായിക്കാവ്)
58. കേളുവിനെ

ഇല്ലപോലെ ഞാങ്ങ പറയ[59] കേളു
കണ്ണൂരെക്കോട്ടക്കുമാളുണ്ടല്ലോ
തലശേരിക്കോട്ടക്കുമാളുണ്ടല്ലോ
കുപ്പത്തു പാണ്ട്യാലക്കാളുണ്ടല്ലോ
മാടായിക്കോട്ടക്കൊരാളില്ലല്ലോ
മാടായിക്കോട്ടക്കു നീ പോകേണം
തിരുളോട്ട് കാവിൽ ഭഗവതീരെ
അമ്മേരെ തിരുമനസ്സുണ്ടെങ്കില്
എരിഞ്ഞെ കരിമ്പാറക്ക് ഞാനുംപോകും
ആര്യമ്പള്ളില്ലത്തെ പിടാരന്മാര്[60]
ഓറെ കിറുപ[61]യെനിക്കുണ്ടെങ്കില്
എരിഞ്ഞെ കരിമ്പാറ നോക്കും ഞാന്
ആ വാക്ക് കേക്കുന്ന തമ്പുരാന്മാറ്
ഒന്നു കുറ പതിനായിരം[62] നായിന്മാറ
കേളൂനി തുണയായയ്ക്കവേണം
എന്നു കലുപ്പിച്ചു തമ്പുരാനും.
കാലത്തെ കൂട്ടങ്ങൊരുക്കുന്നതാ
ഊട്ടു തിരുശാല തിരുമുറ്റത്ത്
മുരിക്കഞ്ചേരിക്കേളു കുഞ്ഞിക്കേളു
മാടായിക്കോട്ടയൊന്ന് കാക്കുവാനും
മാടായിക്കോട്ടയൊന്ന് നോക്കുവാനും
മുരിക്കഞ്ചേരിക്കേളു പുറപ്പെടുന്ന്
ഒന്നുകുറ പതിനായിരം നായിമ്മാറ
കേളൂന് തുണയായയക്കുവാനും
ഏറ്റം തെളിഞ്ഞ് പറഞ്ഞവര്
കാലത്തെ സദ്യ നടത്തുന്നതാ
കാലത്തെ സദ്യ കഴിയുന്നതാ
സദ്യകളൊക്കക്കഴിഞ്ഞവര്
വെറ്റില മുറുക്കുന്ന നായിമ്മാറ്.
അയിക്കോട്ടു തറയീന്ന് പോരുംകാലം
പൊന്തിക്കോലാധാരായ് വന്നു കേളു
പൊന്തി പലിശ തൊഴുതെടുത്തു
നേരെയവിടുന്ന് വന്നു കേളു
തെക്കു പടിഞ്ഞാറ് കന്നിരാശിക്ക്

59. ഉള്ളതുപോലെ ഞങ്ങൾ പറയാം
60. പിഷാരകൻ (കാവിൽ മൂസ്സത്); ശാക്തേയ ബ്രാഹ്മണർ, മാടായിക്കാവിൽ ഇവരാണ് പൂജകഴിക്കുന്നവർ.
61. കൃപ
62. പതിനായിരത്തിന് ഒന്നു കുറവായി

ഒന്നു കുറ മുന്നൂറ് ദൈവങ്ങള
നന്നായി കൈതൊഴുതു കീഞ്ഞു കേളു
കൂലോങ്ങള് നാലും കയിതൊഴുന്നാ
ഒതയകേക്കുള്ളോരു കൂലോവത്ത്[63]
ഊട്ടുപുരശാല പടിപ്പുരയിന്ന്
വിളിച്ചുപറയുന്ന കുഞ്ഞിക്കേളു
നാലുകുലോം വാഴുന്ന തമ്പുരാന്മാറേ
നാലു നടപ്പള്ള്യൻ നമ്പിയാന്മാറേ
നാലും മൂന്നേഴില്ലകെട്ടിലമ്മാറേ
മാടായിക്കോട്ടയൊന്ന് നോക്കുവാനും
മാടായിക്കോട്ടയൊന്ന് കാക്കുവാനും
അതിനായി ഞാനിന്ന് പോവ്വാ ചെയ്ന്ന്
പോയിവരട്ടെന്റെയമ്മമാറേ
അമറേത്തൊരുക്കുന്ന കുട്ടിപ്പട്ടരേ
നീ തന്ന ചോറെന്റെ പള്ളയില്ണ്ട്
നീതന്ന യെണ്ണയെന്റെ തലയില്ണ്ട്
പോയിവരട്ടെന്റെ കുട്ടിപ്പട്ടരേ
ഊട്ടുപുരശാല തിരുമുറ്റവും
നന്നായിങ്ന്ന് വലത്തുവന്നു
സൂരിയഭഗവാന കൈയും തൊവുതു[64]
ഇടവും വലവും തിരിഞ്ഞുതൊവുതു
നേരെ വടക്കു വഴിതിരിഞ്ഞു
മാടായിക്കോട്ടേലാ പോന്ന്[65] ഞാന്
മാടായിക്കാവിൽ ഭഗവതിയമ്മേ
എന്റെ നാട്ടിന്റെ പേരും കുറഞ്ഞുപോല[66]
എന്റെ വീട്ടിന്റെ കീർത്തീം കുറഞ്ഞുപോല
ഓമനച്ചിറക്കലെ തമ്പുരാന്റെ
തമ്പുരാൻ കീർത്തിയും കുറഞ്ഞുപോല
എന്നു നിനച്ചൊരു ദെയിവങ്ങളെ
നന്നായി കൈതൊഴുതു കീയുന്നതാ.
കീക്കെട്ട്[67] തമ്പുരാൻ കൊടുത്തില്ലേതും
വേണ്ടുന്നതൊന്നും പറഞ്ഞില്ലേതും
കേളു മനസ്സിൽ കരുതിയില്ലെങ്കിലും
നായ്മ്മാറ് മനസ്സിൽ കരുതുന്നല്ലോ

63. ഉദയക്കിഴക്കുള്ള കോവിലകത്ത്
64. കൈയും തൊഴുതു
65. പോകുന്നത്
66. പോകല്ലേ
67. കിഴിക്കെട്ട്

ഇങ്ങനെ നമ്മളയക്കുന്നെങ്കിൽ
കീക്കെട്ടണ്ടേതുവും തന്നില്ലല്ലോ
കൈമുതലൊന്നുവും തന്നീലല്ലോ
കേളുവോടൊന്നും പറഞ്ഞില്ലല്ലോ
എന്നു നിനച്ചവരും കീഞ്ഞോള്ന്ന്
കളരിയക്കുന്ന്മ്മലെത്തിയവര്
കളരിയ ഭഗവതീന കൈയും തൊവ്തു
ആട്ന്ന് തിരിഞ്ഞങ്ങു നോക്കുന്നേരം
ഒരു നൂറ്റൊന്ന് നായ്മ്മാറും വയ്തിരിയുന്നതാ.
ആട്ന്നും[68] വേഗം നടന്നു കേളു
വളപട്ടണം കടവും കടക്കുവാനായ്
ആട ചങ്ങോടം[69] കെട്ടിപ്പിടിക്കുകയും
ചങ്ങോടത്തിൽച്ചെന്ന് കേറുകയും
മുമ്പേത്തണിക്കല്ലെ കുഞ്ഞിക്കേളു
ചങ്ങോടം വിട്ടങ്ങ് നോക്കുന്നേരം
ഒര് നൂറ്റൊന്ന് നായ്മ്മാറ കാണാനില്ല
വളപട്ടണം കടവും കടന്നുകേറി
വേഗം നടക്കുന്നാ കുഞ്ഞിക്കേളു
പാപ്പനിശ്ശേരി നാട് നടന്നുവങ്ങിനെ
പിന്നെ തിരിഞ്ഞങ്ങുനോക്കുന്നേരം
പകുതിയുള്ളെനായ്മ്മാറീം കാണ്മാനില്ല
വേഗം നടക്കുന്നാ കുഞ്ഞിക്കേളു
ഓമനച്ചെറുകുന്നിലെത്തുന്നതാ
ചെറുകുന്നത്തമ്പലം വലത്തുംവന്നു
ചെറുകുന്നത്തമ്മേന കൈയുംതൊവ്തു
ഉച്ചക്കേത്തെയൂണും കഴിഞ്ഞാട്ന്ന്
ചോതിക്കുന്നന്നേരം കാവൽക്കാര്
ഒന്ന്ണ്ടോകേക്കെന്റ്[70] കുഞ്ഞിക്കേളു
കേളുവും കേളൂന്റെ നായിമ്മാറും
ഏട്ത്തേക്കുള്ളോരു[71] യാത്രയാന്ന്
അന്നേരം പറയുന്നാ കുഞ്ഞിക്കേളു
കൂടിയുലകരേ മാലോകരേ
മാടായിക്കോട്ടക്കാ പോന്ന് ഞാനും
ഞാനുമെന്റോമന നായിമ്മാറും

68. അവിടെനിന്നും
69. ചങ്ങാടം
70. കേൾക്കുകയെന്റെ
71. എവിടത്തേക്കുള്ളതു

മാടായിക്കോട്ടയൊന്ന് കാക്കുവാനും
നോക്കാനായിറ്റങ്ങൊരുങ്ങിഞാനും
എന്നുപറഞ്ഞുപുറപ്പെടുന്നാ.

നേരെ വടക്കോട്ടു പോരുന്നല്ലോ
കാഞ്ഞരത്തിൻകീഴിലങ്ങെത്ത്യവര്
അവിടത്തിരിഞ്ഞങ്ങ് നോക്കുന്നേരം
നായ്മ്മാറ് കുറഞ്ഞത കാണുവാനുള്ളു.
നോക്കാതെ വേഗം നടന്നു കേളു
വേഗം കായല[72] നടക്കുന്നതാ
ഓമന താവത്തങ്ങത്തുന്നേരം
ഒറ്റ്യാരു[73] നായ്മ്മാറീം കാണുവാനില്ല.
എന്ത്ന്ന്വേണ്ടത് ദെയിവങ്ങളെ
പുളിക്കാൻ കടവാലെ വന്നുനിന്നു
അങ്ങോട്ടുമിങ്ങോട്ടും നടന്നുനോക്കി.

ചിറമ്മത്തെങ്ങേറുന്ന മാലോപ്പാടി
കേളൂനക്കണ്ണാലെ കണ്ടനേരം
മാലോപ്പാടിയല്ലെനിനക്കുന്നത്
ഓമനച്ചിറക്കലെ തമ്പുരാനും
നായ്മ്മാറുവിങ്ങേക്കെഴുന്നള്ളുമ്പം
മുന്നണിക്കങ്ങുള്ളൊരു നായറ്കുട്ടി
എന്തായിയൊറ്റക്ക് നിക്ക്ന്നത്
വേഗത്തിലാട്ന്ന് കീഞ്ഞവനും
ഒണ്ടയും പിട്ടലും താത്തു[74] വെച്ചു
വന്നങ്ങു ചോദിച്ചു മാലോപ്പാടി
ഒന്ന്ണ്ടോ കേക്കേണം നിങ്ങളോട്
എന്താന്നങ്ങൊറ്റക്ക് വന്നതെന്നും
മുരിക്കഞ്ചേരിക്കേളു കുഞ്ഞിക്കേളു
എടമനം[75] പൊട്ടിക്കരയുകയും
പിന്നയതമ്മേന[76] നിനക്കുകയും
പുളിക്കാൻ കടവ് കടക്കെണ്ണെനക്ക്
ചെങ്ങലക്കൂലോത്തെ പോണ്ണെനക്ക്
മാടായിക്കാവിൽ ഭഗവതീന

72. തുല്യാർത്ഥപദങ്ങൾ അടുത്തടുത്ത് പ്രയോഗിച്ചിരിക്കുന്നു.
73. ഒറ്റയൊരു
74. താഴ്ത്തി
75. ഇടനെഞ്ച്
76. മാടായിക്കാവിലമ്മയെ

ഭഗവതീന കൈതൊവ്വാൻ കീഞ്ഞു ഞാന്
ആ വാക്ക് കേക്കുന്ന മാലോപ്പാടി
വേഗത്തിൽപ്പാത്തീം[77] തൊഴയുമായി
കേളൂനയല്ലേയങ്ങ് കേറ്റുന്നത്
പുളിക്കാൻ കടവ് കടത്തിയോനും.

എഴുന്നള്ളിക്കും ചിറയാലെ വന്നു കേളു
ചെങ്ങലകൂലോത്ത് കേറി കേളു
അവിടെയിരിക്കുന്നാ കുഞ്ഞിക്കേളു
ഒന്നുകുറ പതിനായിരം നായമ്മാറ
എന്തിനാ തമ്പുരാനയച്ചോണ്ടത്
എന്ത് പറഞ്ഞിറ്റയച്ചോണ്ടത്
ദെയിവവിധിപോലെ വന്നോളട്ടെ
എന്ന് നിനച്ചങ്ങിരിക്കുകയും
ഇരുന്നേടം നന്നായി ഞെട്ടുകയും
ചെങ്ങലകൂലോത്ത്ന്നും കീഞ്ഞുകേളു
നേരെ വടക്കോട്ടു വന്നു കേളു
മോലോത്തും വന്നങ്ങ് കേറി കേളു
അവിടെയിരുന്നും നിനച്ചു കേളു
കാവിൽ ഭഗവതി പൊന്നമ്മേരേ
ഓറെ തിരുമനസ്സുണ്ടെങ്കില്
പറഞ്ഞതങ്ങൊട്ടും കുറക്കൂല ഞാൻ
എന്നു നിനച്ചങ്ങു നിന്നു കേളു
തെക്കിനടുക്കിലെ പാറവയ്യെ[78]
വേഗത്തിൽ കേറുന്ന കുഞ്ഞിക്കേളു
മാടായിപ്പാറ പൊടിത്തടം കണ്ടു
തിരുള്ളോട്ടുകാവുവുമാൽത്തറ കണ്ടു
കിഴക്കിനേനാൽത്തറ വന്നു കേളു
ആൽത്തറ മൂന്നു വലത്തുവന്നു
കേക്കേനാൻ കോണി[79]യാലെ വന്നു കേളു
പടിഞ്ഞാറൻ കോണിയാലെ കീഞ്ഞു കേളു
എരിഞ്ഞി[80]ത്തറക്കവിടെ വന്നു കേളു
അവിടയും കയിതൊവ്തു കുഞ്ഞിക്കേളു
ഉച്ചക്കേത്തെ പൂജ കയ്യാനായി[81]

77. തോണിയും
78. വഴിയെ (വഴിയിൽക്കൂടി)
79. കിഴക്കുള്ള കോവണി (പടി, കണ്ടി)
80. ഇലഞ്ഞി
81. കഴിയുവാനായി

പായസച്ചോറും വയിപാട്വും
പ്രസാദവൊക്കെ കൊടുക്കുകയും
നന്നായി കൈതൊഴുതൂൺകയ്യുകയും
അങ്ങനെയവിടത്താൽ നില്ക്കുന്നേരം
ആര്യംപള്ളില്ലത്തെ പിടാരന്മാരും
വന്നു വളഞ്ഞോടിരിക്കുന്നതാ
എല്ലാരും വന്നു പറയുന്നല്ലോ
മുരിക്കഞ്ചേരി വീട്ടില് നമ്പിയാരേ
എന്തായി വന്നത് കേക്കട്ടെ[82] ഞാൻ
അന്നേരം പറയുന്ന കുഞ്ഞിക്കേളു
ഒന്ന്ണ്ടോ കേക്കണം പിടാരന്മാരേ
മാടായിക്കോട്ടയൊന്ന് നോക്കുവാനും
കോട്ടക്കുന്നൊക്കെന കാക്കുവാനും
എന്നയയച്ചുവല്ലോ തമ്പുരാന്
അന്നേരം പറയ്ന്നു പിടാരന്മാര്
എവിടെയുറക്കയെന്റെ കുഞ്ഞിക്കേളു
ആര്യംപള്ളില്ലത്തങ്ങൂണാക്കട്ടൊ
എനിക്കായിറ്റാരുവങ്ങൂണാക്കണ്ട
തട്ടുപുറം നല്ല കരിമ്പാറമ്മ
അമ്മ തരുന്നോരു ഊണും കയിച്ച്
ഇക്കാണുംപാറയൊക്കെ നോക്കും ഞാന്
എന്നുപറയുന്ന കുഞ്ഞിക്കേളു
ആര്യംപള്ളില്ലത്ത് പിടാരമ്മാറേ
നടന്നൊന്നു കാട്ടേണീപ്പാറയൊക്ക
മൂന്നാള് നടന്നോറ് കാട്ടുന്നതാ
ചുറ്റച്ചുഴല നടന്നു നോക്കി
മാടായിപ്പാറേരെ[83] വീതിവിസ്താരം
ഒക്കയും കണ്ടു മനസ്സിലാക്കി
ആളും മനുഷ്യനങ്ങില്ലിവിട
വടക്കനം വള്ളിക്കെട്ടും കാവുവിവിട
ആരിയംപള്ളില്ലവും കെട്ടിടോവാട
പിന്നൊരു പുല്ല്പുഷ്പ്പോവില്ല
അങ്ങനെ കേളുവാട നിക്കുകയും
തെക്കുവടക്കുള്ള പാറയിൻ മദ്ധ്യം
ചെറിയൊരു കെട്ടിടം വളയ്ക്കുകയും
അവിടകുടികൊണ്ടു കുഞ്ഞിക്കേളു

82. കേൾക്കട്ടെ
83. പാറയുടെ

നാലൊരു കോട്ടേരയടയാളത്തും
നന്നായി വിളക്കൊക്കെ വെക്കും കേളു
അടുത്തില തറയായിറ്റും ബന്ധം കെട്ടി
അടുത്തിലത്തറയിലെ തീയ്യമ്മാറും
അടുത്തിലത്തറയിലെ നായമ്മാറും
അടുത്തിലത്തറയിലെ നമ്പിയാമ്മാറും
എല്ലാരോടും നന്നായി ബന്ധംകെട്ടി
കൊടുക്കുന്ന കേളൂന്റെ ദിവസത്തിന്
നന്നായരിയുവും നെല്ലുവൊക്കീം[84]
കൊടുക്കുകയും കേളുവതു വാങ്ങുകയും
അങ്ങനവിടത്താൽ നിക്കുന്നേരം
കോട്ടയിലൊക്കെ വിളക്കും വെക്കും
കോട്ടയടയാളെ കാണുവാനുള്ളൂ
കോട്ടയതൊന്നുവാടതീർന്നതില്ല
വെങ്ങരത്തറയായിറ്റും ബന്ധംകെട്ടി
വെങ്ങരത്തറയിലുള്ളെകോലയാമ്മാറും
വെങ്ങരത്തറയിലുള്ളെ നായമ്മാറും
വെങ്ങരത്തറയിലുള്ളെ നമ്പിയാമ്മാറും
എല്ലാരോടും കേളുവോൻ ബന്ധം കെട്ടി
മാടായിത്തറയിലെ നായമ്മാറും
മാടായിത്തറയിലുള്ളെ തീയ്യമ്മാറും
പിറവായാരങ്ങാടീലെ ചോനോമ്മാരും
ആരെയും വിട്ടില്ല കുഞ്ഞിക്കേളു
മാടായിത്തറയിലടിയാമ്മാറീം
മാടായിത്തറയിലുള്ളെ കോലയാമ്മാറീം
ആരേയും വിട്ടില്ല കുഞ്ഞിക്കേളു
നന്നായി കേളുവങ്ങ് ബന്ധംകെട്ടി.

അങ്ങിനൊരാണ്ട് കഴിഞ്ഞോണ്ടിറ്റ്
വാരത്തിന്റെ നെല്ലും പാട്ടപ്പണവും
ഓമനച്ചിറക്കങ്ങടക്ക്ന്ന്ണ്ട്
മാടായിക്കാവിൽ ഭഗവതീരെ
ആണ്ടിൽക്കഴിക്കേണ്ടെയൂട്ടും പാട്ടും
നന്നായിക്കാവിലുമടങ്ങ്ന്ന്ണ്ട്
നന്നായി മനസ്സിൽ കരുതി കേളു
ഇങ്ങനെ നിന്നാലും പോരായിപ്പം
തടുകുന്ന്[85] ചിറയുവും തെക്കെയറ്റം

---

84. അരിയും നെല്ലും ഒക്കയും
85. 'വടുകുന്ന്' എന്നാണ് ഇപ്പോൾ വ്യവഹാരത്തിലുള്ളത്. പടുകുന്ന് എന്നും പറയുമത്രെ.

അവിടെയൊരു കോട്ട പണിതീരണം
മാടായിപ്പാറയും തെക്കെയറ്റം
അവിടെയൊരു കോട്ട പണിതീരേണം
നേരെ വടക്കുമരയാൽത്തറ
നന്നായിക്കെട്ടിപ്പണിതീരേണം
ആളെയങ്ങൊക്കെയൊരുക്കുകയും
കൂടിപ്പറയുകയും കുഞ്ഞിക്കേളു
മുതലാലുവൊന്നും തരികയില്ല
കാണത്താലൊന്നും തരികയില്ല
മാടായിക്കാവിൽ ഭഗവതീന
നന്നായി നിനച്ചു പണിയെടുക്കേണം
എന്നുപറഞ്ഞിട്ടങ്ങാളക്കൂട്ടി
പുറം പാറക്കല്ല് പൊളിപ്പിക്കയും
ചുറ്റും കിടങ്ങ് മതിലുകെട്ടുന്നാ
കോട്ടപ്പണിയായി കെട്ടുന്നതാ
തെക്കനരയാൽത്തറക്കോട്ടയും
നന്നായുയർത്തിയാട കെട്ടുകയും
കാണികൾക്കുകൂടിയങ്ങ് നിക്കാനായി
വട്ടം വളച്ചാടകോട്ടയുണ്ടാക്കി
തറപ്പണിയൊക്കെയെടുപ്പിക്കുന്നാ
അങ്ങനെ കോട്ടപ്പണിയെടുക്കുന്നാ
എല്ലാരെ ബന്ധോവങ്ങ് കെട്ടി കേളു
കൂലിയും താലി കൊടുത്തതില്ല
അമ്മേന നന്നായ്നിനക്കുകയും
എല്ലാരും വന്നങ്ങ് കൂടുകയും
കേളുപറഞ്ഞപോലെടുക്കുന്നതാ
മാടായിപ്പാറ പൊടിത്തടം പാറ
ഉള്ളോരു വീതിയും വിസ്താരത്തോടെ
ചുറ്റും മതിലായിക്കെട്ടിക്കുന്നാ
ചുറ്റും കിടങ്ങായി തീർത്തുവെച്ചു
മാടായികോട്ടയൊന്ന് തിരിഞ്ഞവിട
മാടായിക്കോട്ടയെന്ന് പറഞ്ഞവിട.

അങ്ങനൊരേഴാണ്ടും കയ്യുന്നല്ലോ
കേളി നടക്കുന്ന നാട്ടിലൊക്കെ
ഇപ്പം കുറഞ്ഞൊരുകാലങ്ങളിൽ
ഓമനച്ചിറക്കലെ തമ്പുരാന്
മാമ്പലപ്പാറക്കും കോട്ടയാക്കി
തെക്കെതലക്കൊക്കെ കോട്ടയാക്കി

എന്നല്ലേ പേര് നടക്കുന്നത്
ആര്യംപള്ളില്ലത്ത് പിടാരമ്മാറ്
കാവിൽ വരുന്നാളും തൊവ്വുന്നാളും
ചോതിച്ചറിയുന്നാപേരൊക്കെയും
മുരിക്കഞ്ചേരിക്കേളു കുഞ്ഞിക്കേളൂ
കേളുവിക്കോട്ടേല് വന്നകാലത്ത്
മാടായിപ്പാറയും തെളിഞ്ഞത്ണ്ട്
തിരുളോട്ടുകാവും തെളിഞ്ഞത്ണ്ട്
മാടായിപ്പാറക്ക് കോട്ടയ്ണ്ട്
മുരിക്കഞ്ചേരിക്കേളു കുഞ്ഞിക്കേളു
മാമ്പലപ്പാറ നടുപ്പറമ്പ്ന്ന്
പൊന്തിപലിശയിളക്കലുവും
പലിശത്തകൃതി കളിക്കുകയും
വണ്ണാര[86]ക്കലും വലഭാഗത്ത്
കാവിലെ പൊള്ളേരെ[87] കളരിസ്ഥലം
കീത്തടോ വായങ്ങു നിശ്ചയിച്ചു
മൂവടിയായിട്ടളന്നുവെച്ചു
വണ്ണാരക്കല്ലും വലത്തുഭാഗം
കാവിൽത്തെക്കൻപൊള്ള വന്നിരിക്കും
വെറ്റിലത്തറയും കളരിയാട
എന്നും വിളിച്ചു പറഞ്ഞു കേളു.

ഒരുകാലം മാമ്പല നടക്കുന്നേരം
വടക്കുപടിഞ്ഞാറ് നോക്കുന്നേരം
കാണുന്നുനല്ലെ മുനാരോ[88]വൊന്ന്
മുട്ടത്ത് നാട്ടിലെ ചോനവര്[89]
അവരത്തന്നെ പറഞ്ഞോള്ന്ന്
മാടായിപ്പാറക്കൊരു നമ്പിയാരുണ്ട്
നായരുവെന്നോ നമ്പിയാരെന്നോ
ആരെന്നും നമ്മക്കറിഞ്ഞുംകൂടാ
മാടായിപ്പാറപ്പരപ്പിൽനിന്ന്
മെയ്യക്കളിക്കുന്നാ നായര്കുട്ടി
മെയ്യക്കളിക്കുന്ന് കാണുവാനും
കേക്കാനും നമ്മക്ക് കേറ വേണം

86. ഭണ്ഡാര
87. തിരുവർകാട്ടുകാവിൽ ആചാരപ്പെട്ട തെക്കൻചേരി 'പൊള്ള' പുലയ സമുദായത്തിലാണ്.
88. കൊത്തുപണിയുടെ അറ്റം
89. മുസ്ലീങ്ങൾ

മാമ്പലക്കുന്ന്മ്മല് കേറവേണം
എന്ന് പറഞ്ഞവര് വട്ടംകൂടി.

മുരിക്കഞ്ചേരിക്കേളു കുഞ്ഞിക്കേളു
മാമ്പലവാണ് കളിക്കുംകാലും
മുട്ടത്തുപള്ളിയും പൊന്തായ്യ[90] കണ്ടു
ഇങ്ങനെ വരുന്നോരു ചോനവര
എങ്ങനെ മടക്കേണം ചോനവര.
മാടായിക്കാവ് തിരിഞ്ഞുനോക്കി
മാടായിക്കാവിൽ ഭഗവതീന
നന്നായി മനസ്സിൽ നിനച്ചുകേളു
ആര്യംപള്ളില്ലവും നിനച്ചു കേളു
നേരെ തിരിഞ്ഞങ്ങ് നിറച്ചു തോക്ക്
മുട്ടത്ത് പള്ളിക്കും പൊന്തായ്യക്കും
നേരെയുംനിന്ന് വെടിവെക്കുമ്പം
നേരെ പടിഞ്ഞാറ് ചെരിഞ്ഞുംപോയി
കൂടിപ്പറയുന്നാമാപ്പിളാറ്
ഇത്തറ വലിയതായ നമ്പിയാറോ
നായറോയെന്നങ്ങറിഞ്ഞതില്ല
പൊന്തായ്യക്കല്ലെ വെടിവെച്ചത്
വിളിച്ചും പറയുന്നാ കുഞ്ഞിക്കേളു
ഞാനീടമാമ്പല വാഴുംകാലം
മുട്ടത്ത് പള്ളീരെ പൊന്തായ്യയും
നേരെ നിറുത്തെന്റെ ചോനവരേ
നേരെ നിറുത്തീറ്റും വായിങ്ങോട്ട്
അങ്ങനെ പറഞ്ഞങ്ങ് വിട്ടു കേളു.
മുട്ടത്തുനാട്ടിലെ ചോനോന്മാരും
വേണ്ടും പണിക്കാര് നോക്കിയോണ്ടിറ്റും
പൊൻതായ്യ നേരെ വരുന്നുമില്ല
പൊൻതായ്യ നേരെ നിന്നതുമില്ല.

അങ്ങനെ വാണിട്ടു നിക്കുന്നേരം
നാട്ടിലങ്ങൊക്കയും കേളിവന്നു
പട്ടണം പതിനെട്ടു രാജ്യങ്ങളും
എല്ലാരും തന്നെ പറയുന്നല്ലോ
കാണണ്ടതല്ലെ വടക്കെനാട്
മാടായിക്കാവും കെട്ടീടവും
കേളുവതുണ്ടാക്കി കോട്ടയൊക്കെ
ചുറ്റും കിടങ്ങും മതിലുകളും

ഭഗവതിയമ്മേരെയെഴുന്നള്ളത്തിന്
പൊൻതിടമ്പു വെക്കുവാനുമെടുക്കുവാനും
നന്നായവിടത്തറയും കെട്ടി
കോട്ടയിലൊക്ക വിളക്കുംവെച്ചു
അങ്ങനെ വാഴ്ന്ന് കുഞ്ഞിക്കേളു
എന്നത് കേളി വളരുന്നതാ
ആ വാക്ക് കേക്കുന്നാ തമ്പുരാമ്മാറ്
എല്ലാരുംകൂടിപ്പറയുന്നല്ലോ
ഓമനച്ചിറക്കലെ തമ്പാട്ട്യേളും
ഓമനച്ചിറക്കലെ തമ്പുരാമ്മാറും
ഓമനച്ചിറക്കലുള്ളാളുകള്
എല്ലാരുമായങ്ങ്പോവവേണം.
മാടായിക്കോട്ടയൊന്ന് കാണുവാനും
അതിനെന്തുവേണ്ടുവെടോ നായമ്മാറേ.
കേളൂനൊരോലയെഴുതവേണം
അച്ചുതവാരിയാ കണക്കെഴുത്താ
കൊണ്ടുവാനിന്റോല പൊൻനാരായം.
ആ വാക്ക് കേട്ടൊരു കണക്കെഴുത്തൻ
കെട്ട്ന്നോരോല വലിച്ചെടുത്തു
കരിയുംപൊടിയൊക്കെ തട്ടുകയും
ഓല മുറിച്ചങ്ങ് ചീന്തുകയും
ഓലയും പൊൻനാരായം കൂട്ടിപ്പിടിച്ചു
തമ്പുരാൻ കയ്യരുകെ വന്നിരുന്നു
ഒന്ന്ണ്ടോ കേക്കണം തമ്പുരാനേ
ആരിക്കും[91] പേരിലെഴുതണോല
ആരിക്ക് ഓല കൊടുക്കേണ്ടത്
മാടായിക്കോട്ടക്കെഴുതണോല
മുരിക്കഞ്ചേരിക്കേളു കുഞ്ഞിക്കേളു
ഓമനച്ചിറക്കലെ തമ്പുരാമ്മാറും
ഓമനച്ചിറക്കലെ തമ്പാട്ട്യേളും
ഓമനച്ചിറക്കലെ നായമ്മാറും
കോട്ടപ്പദവിയൊന്ന് കാണുവാന്
ഞങ്ങളങ്ങെല്ലം[92] വരുന്നുണ്ടല്ലോ
ചങ്ങോടം കെട്ടിപ്പിടിക്കവേണം

90. പൊൻതാഴിക
91. ആർക്ക്
92. എല്ലാം (എല്ലാവരും)

നടക്കലെ വീട്ടിലങ്ങൂണാക്കണം
ചങ്ങലക്കൂലോത്ത് പന്തല് വേണം
മോലോത്തും പന്തല് വീയുകവേണം
എന്നല്ലെയോലയിലെഴുതുന്നത്
ഓലയെഴുതി തല തേയുന്നേരം
ഓലത്തലക്കലൊരൊപ്പുംതൊട്ടു
നായമ്മാറിരുവറ[93] വിളിച്ചോള്ന്ന്
മാടായിക്കോട്ടക്കു പോണം നിങ്ങൾ
കേളൂന്റെ കൈയിൽ കൊടുക്കവേണം
എന്ന് പറഞ്ഞോറ് പോരുന്നല്ലോ.

അങ്ങനവരിങ്ങ് പോരുന്നേരം
മുരിക്കഞ്ചേരിക്കേളു കുഞ്ഞിക്കേളു
മാടായിക്കാവിൽ ഭഗവതീന
കാലത്തേത്തെ കുളിയും തൊവ്വലൊക്കെ
നന്നായിക്കഴിഞ്ഞാടിരിക്കുകയും
ഉച്ചക്കേത്തെ പായസം കഴിക്കുകയും
തെക്കനം കോട്ടക്കു വന്നു കേളു
നടുക്കുള്ള കോട്ടേലിരുന്നു കേളു
നാട്ടിൽ വറത്താനം[94] നോക്കുന്നേരം
നായ്മ്മാറും വന്നിങ്ങ് കേറുന്നല്ലോ
കോട്ടേരെ വാതിക്ക്[95] കേറിയോറ്
കേളൂന്റെയരുകയങ്ങെത്തുന്നേരം
ചോതിക്കുന്നന്നേരം കുഞ്ഞിക്കേളു
നിങ്ങളേടയങ്ങുള്ളോരു നായിമ്മാറ്
എന്തിനായിവന്നതെടോ നായമ്മാറേ
അമ്പറഞ്ഞമ്പായി ചേരുംമുമ്പേ
മട്ടം ചെരുതിയെ തരവെടുത്തു
കേളൂന്റെ കൈയിൽ കൊടുക്കുന്നേരം
ഇരുകൈയും കൂട്ടീറ്റങ്ങോല വാങ്ങി
ഇടകൈയാലോല പിടിക്കുകയും
ഓലേലെ[96] വാചകം നോക്കുകയും
അകവും പുറവും മറിച്ചുനോക്കി
നന്നായിക്കണ്ട് മനസ്സിലാക്കി
ഓലപ്പുറത്ത് മറുപടിയും

---

93. ഇരുവരെ (രണ്ടുപേരെ)
94. വർത്തമാനം
95. കോട്ടയുടെ വാതില്ക്കൽ
96. ഓലയിലെ

ഒന്ന്ണ്ടോ കേക്കെന്റെ നായമ്മാറേ
തമ്പുരാനീട[97] വരുമ്പഴേക്ക്
ചങ്ങോടം കെട്ടിപ്പിടിക്കുവാനും
മോലോത്തെ മിറ്റത്ത്[98] പന്തല് വീയുവാനും
നടക്കലെ വീട്ടിലങ്ങൂണാക്കാനും
പഞ്ചാരവെള്ളം കലക്കുവാനും
തമ്പുരാനോട് നിങ്ങ പറയവേണം
ഐക്കോട്ട് തറയിന്ന് ഞാൻ പോരുമ്പം
പൊന്തിക്കോലാധാരായ് വന്നു ഞാന്
ഓമനച്ചിറക്കലെ തമ്പുരാന്
കൈപിടിച്ചോറാലെ പോറ്റിയെന്ന[99]
കൈപിടിച്ചോറാലെ വളത്തിയെന്ന
കാച്ചെയ്യണ്ണതേച്ചും കുളിപ്പിച്ചെന്ന
നന്നായി വിദ്യ പഠിപ്പിക്കയും
ഇരുപത്തിരണ്ട് വയസ്സാകുമ്പം
തമ്പുരാൻ തിരുമനസ്സിൽ തോന്നിയെപോലെ
കോലത്തുനാട് നടത്തിച്ചെന്ന
അടങ്ങാത്ത[100] വാരവും പാട്ടോവൊക്ക
നന്നായടക്കിപ്പിരിപ്പിച്ചു ഞാൻ
ഓമനച്ചിറയാട നിറച്ചുംവെച്ചു
പിന്നെയതങ്ങെന്നോട് പറഞ്ഞതാന്ന്
വെള്ളില്ലാപ്പാറക്ക്[101] പോട്[102] നീയും
എന്നുപറഞ്ഞെന്നയച്ചതാന്ന്
മാടായിപ്പാറക്ക് നോക്കുവാനും
മാടായിപ്പാറയൊന്ന് കാണുവാനും
വെള്ളില്ലാപ്പാറയ്ക്ക് നിക്കുവാനും[103]
എന്നു നിനച്ചെന്നയച്ചതാന്ന്
പഞ്ചാരവെള്ളം കലക്കുവാന്
ഈടയൊരു വെള്ളവും കിട്ടുകയില്ല
വെങ്ങരത്തറയിലങ്ങുള്ളെയോല
അമ്മേരെ നന്നായ കളിയാട്ടത്തിന്[104]

97. ഇവിടെ
98. ക്ഷേത്രത്തിലെ മുറ്റത്ത്
99. എന്നെ (എകാരത്തിനു പകരം അകാരോച്ചാരണം)
100. കിട്ടാത്ത (അടയ്ക്കപ്പെടാത്ത)
101. വെള്ളമില്ലാത്ത പാറയ്ക്ക്
102. പോവുക
103. നില്ക്കുവാനും
104. ആണ്ടുതോറും നിശ്ചിത തീയതികളിൽ നടത്തപ്പെടുന്ന തെയ്യാട്ടം

ആര്യംപള്ളില്ലം തിരുമുറ്റത്തും
കാവു ഭഗവതീരെ തിരുമുറ്റത്തും
കോട്ടക്ക് നാല് അരയാത്തറയ്ക്കും
പടുകുന്ന് ചിറയും വടക്കുംഭാഗം
തിടമ്പിനിരുത്തണ്ടെ[105] പന്തലിന്
അതിനൊക്കെ കെട്ടിനിറുത്തിപ്പോയി
ഓലയെവിടെയുമില്ലായെന്നും
കൊടുത്തിറ്റ്[106] വാങ്ങാൻ മുതലുവില്ല
ചെന്നുപറയെന്റെ നായമ്മാറേ
ഈവകയൊന്നും ഞാൻ ആക്കൂകില്ല
അടുത്തിലത്തറയിലെ തീയന്മാരും
വെങ്ങരത്തറയിലെ കോലയമ്മാറും
മാടായിത്തറയിലെ പുലയമ്മാറും
പിറവിയത്ത് നാട്ടിലെ ചോനവരും
അവരെ[107] തിരുമനസ്സുണ്ടായിറ്റ്
കോട്ടപ്പണിയെല്ലെടുത്തു ഞാന്
തറയില് കെട്ടി നിറുത്തിവെച്ചു
പീഠം വിളക്ക് ചുറ്റും നാലും
നന്നായിക്കെട്ടിയുറപ്പിച്ചു ഞാൻ
തമ്പുരാനി[108] കേറിയിരിക്കാൻവേണ്ടി
ആലുവരയാൽത്തറയും കെട്ടി
അമ്മേരെ തിടമ്പൊന്ന് നിറുത്താൻവേണ്ടി
പീഠക്കല്ലൊക്കെയും കെട്ടിച്ചു ഞാൻ
നാട്ടിൽ മനുക്കളെ[109] ബന്ധോണ്ടായിറ്റ്
ഇതുവൊക്കെ കെട്ടി വിളക്കുംവെച്ചു
എന്റെ ചിലവും കഴിച്ചു ഞാന്
ഇങ്ങനെ ഞാനതിരിക്ക്ന്ന്ണ്ട്
ഓമനച്ചിറക്ക്ന്ന് ഞാൻ കീയുമ്പം[110]
കൈമുതലൊന്നെനക്ക് തന്നതില്ല
വാങ്ങിക്കോ[111]യെന്നെന്നോട് പറഞ്ഞതുവില്ല
പാട്ടപ്പണവുമടക്കുവാന്
ഒന്നും കലുപ്പിച്ചതങ്ങില്ല തമ്പുരാൻ

105. തിടമ്പ് (വിഗ്രഹം) എഴുന്നള്ളിച്ച് വയ്ക്കേണ്ടതായ
106. കൊടുത്തിട്ട് ('ട്ട'യ്ക്കു പകരം 'റ്റ' പ്രയോഗിച്ചിരിക്കുന്നു)
107. അവരുടെ
108. തമ്പുരാന്
109. മനുഷ്യരുടെ
110. ഇറങ്ങുമ്പോൾ (പുറപ്പെടുമ്പോൾ)
111. വാങ്ങിക്കൊൾക

മാടായികോട്ടക്കും പാറക്കൊക്കെ
എരിഞ്ഞെ കരിംപാറ തട്ടും മണ്ണ്
എരിഞ്ഞിട്ട് വേവാനിളക്കിയെന്ന
അമ്മ തിരുമനസ്സുണ്ടായിറ്റ്
കരിഞ്ഞിറ്റ് വെന്തില്ല നായമ്മാറേ
തമ്പുരാനൊട് ചെന്ന് പറയവേണം
മാമ്പലക്കുന്നിന്മേൽ നിന്നു ഞാന്
മുട്ടത്തു പള്ളിക്ക് പൊന്തായ്യക്ക്
അവിടെയൊരു വെടിയാടവെച്ചത്ണ്ട്
ഞാൻ നടന്ന നടപ്പൊക്കസത്തിയെങ്കില്
പറഞ്ഞൊരുവാക്കും സത്തിയോവാകും
അപ്പള്ളിപൊളിച്ചങ്ങെടുക്കുംമുമ്പേ
ഇപ്പൊന്തായ്യയൊട്ടും നിലക്കുനിക്കൂല
എന്നുപറയെന്റെ നായിമ്മാറേ
ഈ വാക്കങ്ങൊട്ടുവെടുക്കൂല ഞാൻ
ഓല മടക്കിയയച്ചോള്ന്ന്
ഓലയും വാങ്ങിയോറ് പോകുന്നല്ലോ.

ഓമനച്ചിറക്കതെങ്ങെത്തുന്നേരം
നായമ്മാറെ വരവുനോക്കി നിക്ക്ന്ണ്ട്
നായ്മ്മാറ് വന്നാട കേറുന്നല്ലോ
വേഗത്തിൽ ചോതിച്ചുതമ്പുരാനും
കേളൂനകണ്ടുവോ നായമ്മാറേ
ഓല കൊടുത്തുവോ നായമ്മാറേ
കേളൂനകണ്ടുവെന്റെ തമ്പുരാനേ
ഓല കൊടുത്തുവെന്റെ തമ്പുരാനേ
ഓറ് പറയും വാക്ക് കേക്കുന്നില്ലേ[112]
ഐക്കോട്ടുതറയിന്ന് വരുന്നെകാലം
പൊന്തിക്കോലാധാരായ് വന്നുപോലും
തമ്പുരാൻ ചോറാലെ പോറ്റി വളത്തി
തമ്പുരാന്റെണ്ണയത് തേച്ചുകുളിച്ചു
തമ്പുരാനൊക്കെ പഠിപ്പിക്കുന്ന്
നന്നായെഴുത്തും പൊയിത്തൊക്കെയും
ഒക്ക പഠിപ്പിച്ചാ തമ്പുരാന്
കോലത്ത് നാട് നടന്നു ഞാന്
അടങ്ങാത്തെ പാട്ടോമടക്കിഞാന്
അളക്കാത്തെ നെല്ലുവളന്നുഞാന്
ഓമനച്ചിറക്കലാടടക്കിവെച്ചു

112. കേൾക്കുന്നില്ലേ

ഇതുവൊക്കെ തമ്പുരാൻ കണ്ടനേരം
മാടായിപ്പാറപൊടിത്തടത്തിൽ
എരിഞ്ഞ കരിമ്പാറപ്പുറത്താക്ന്ന്
എരിഞ്ഞിറ്റ് വേകാനായിട്ടതാന്ന്
ഒന്നുകുറ പതിനായിരം നായമ്മാറ
പൊയ്വാക്ക്[113] പറഞ്ഞങ്ങയച്ചു തമ്പുരാൻ
പുളിക്കാൻ കടവിലങ്ങെത്തുമ്പളേക്ക്[114]
നായമ്മാറയൊക്ക വിളിച്ചങ്ങോട്ട്
ചിറമ്മതയിമ്മലേറുന്ന[115] മാലോപ്പാടി
ഓന്റെ[116] തിരുമനസ്സുണ്ടായിറ്റ്
അക്കടവിങ്ങുകടന്നുവന്നു
മാടായിപ്പാറക്കങ്ങെത്തിപോലും
കേക്കേ[117] നടയിലും നിന്നുതൊവ്ത്
അമ്മേരെ തിരുമനസ്സുണ്ടായിറ്റും
ആര്യംപള്ളില്ലത്ത് പിടാരന്മാരെ
ഓാറെ കൃപയെനിക്കുണ്ടായിറ്റും
ഇപ്പാറേൽത്തന്നെ കിടന്നു ഞാനും
അടുത്തിലത്തറയിലെ കോലയാമ്മാറും
വെങ്ങരത്തറയിലെ തീയ്യമ്മാറും
വെങ്ങരത്തറയിലെ കൊശവന്മാരും
അവരെ തിരുമനസ്സുണ്ടായിറ്റും
മാടായിത്തറയിൽ പുലയമ്മാരും
പിറവിയത്തങ്ങാടീൽ ചോനേമ്മാരും
ഓറെ തിരുമനസ്സുണ്ടായിറ്റ്
ഓറെ ചിലവും കഴിഞ്ഞുപോലും
കോട്ടച്ചിലവും കഴിഞ്ഞുപോലും
കോട്ടേൽ വിളക്കൊക്കെവെച്ചുംകൊണ്ട്
അങ്ങനെയവിടയിരിക്കുന്ന്ണ്ട്
ചങ്ങോടം കെട്ടിപ്പിടിക്കുവാനും
പറഞ്ഞേടം പന്തല് വീയുവാനും
പറഞ്ഞുള്ളെ വീട്ടിലങ്ങൂണാക്കാനും
പഞ്ചാരവെള്ളം കലക്കുവാനും
കൈമുതലേതുമേ കൊണ്ടന്നില്ല
പൊന്തി പലിശയായ് വന്നതാന്ന്

113. പൊഴിവാക്ക് (പൊള്ളവാക്ക്)
114. എത്തുമ്പോഴേക്ക്
115. ചിറപ്പുറത്ത് തെങ്ങിൻതൈകളിൽ കയറി മദ്യമെടുക്കുന്ന
116. അവന്റെ
117. കിഴക്കെ

ഇങ്ങനെയവിടെയിരിക്ക്ന്ന്പോലും
ഇതുവൊക്കെയൊന്നും ചെയ്യുകയില്ല
എന്നല്ലേ കേളു പറയ്ന്നത്.

പിന്നെയങ്ങോർത്തു പറഞ്ഞു തമ്പുരാൻ
ഒന്ന്ണ്ടോ കേക്കെന്റെ നായന്മാറേ
വാക്കെന്റെ കേളു പറഞ്ഞുവെങ്കിലും
ചേലാല്[118] കേളുവും കൂട്ടുകയില്ല
മുന്നോളം കോട്ടക്ക് കാക്കുന്നാക്ക്[119]
അളവായരിവാരി കൊടുത്തവർക്ക്
മുരിക്കഞ്ചേരിക്കേളു കുഞ്ഞിക്കേളു
ഓന കൈപിടിച്ചോറാലെ പോറ്റി ഞാന്
വാക്കെന്റെ കേളു പറയുവെങ്കിലും
ചേലാലക്കേളുവും കൂട്ടുകയില്ല.
നമ്മള് തന്ന്യങ്ങ് പൂവ വേണം
എന്നു പറഞ്ഞോറ് പുറപ്പെടുന്ന്
നല്ലൊരു നാളുവും ചൊവ്വാഴിച്ച
വിളക്കിന്റെ[120] നാളായ് പുറപ്പെട്ടവൻ.

വേഗത്തിലെല്ലാരൊരുങ്ങുന്നതാ
പല്ലങ്കി നന്നായ് ചമയിക്ക്ന്നാ
മാടായിക്കോട്ട കാണാൻ പോരുവാന്
ഓമനച്ചിറക്കലെ തമ്പുരാന്മാറും
ഓമനച്ചിറക്കലെ തമ്പാട്ട്യളും
ഓമനച്ചിറക്കലെ നായമ്മാറും
എല്ലാരും തന്ന്യങ്ങ് കീയുകയും
പല്ലങ്കി നന്നായ് ചമയിക്കയും
നല്ല വിളക്കിന്റെ നാളായിറ്റ്
അവരതങ്ങെല്ലാരെഴുന്നള്ളുന്നാ
പല്ലങ്കി കേറുന്ന തമ്പുരാമ്മാറ്
ഓമനച്ചിറക്കലെ നായമ്മാറ്
കാൽനടയായി നടക്കുന്നല്ലോ.
കളരിയക്കുന്നാലെ പോരുകയും
കളരിയക്കളരിയാലെ വന്നവര്
കളരിയഭഗവതീന കൈയുംതൊവ്തു

118. പ്രവൃത്തിയിൽ
119. കാത്തുരക്ഷിക്കുന്ന ആൾക്ക്
120. വിളക്കുത്സവം (ചൊവ്വ വിളക്ക്)

നേരെ വടക്കോട്ടു വൈതിരിഞ്ഞു
വളപട്ടണം കടവിനങ്ങെത്തുകയും
ചങ്ങോടം കെട്ടിപ്പിടിച്ചത്ണ്ട്
എല്ലാരും കടവ് കടന്നോള്ന്ന്
നന്നായിറ്റല്ലെയെഴുന്നള്ള്ന്ന്
ചെറുകുന്നത്തമ്പലത്തിലെത്തുന്നല്ലോ
ചെറുകുന്നത്തമ്മേന കൈവണങ്ങി
ആട്ന്നും വേഗം നടന്നവര്
നേരെ വടക്കുവഴിതിരിഞ്ഞു
കാഞ്ഞിരത്തിൻകീവയ്യേ[121] വന്നവര്
വേഗം നടക്കുന്ന നായമ്മാറ്
വേഗമെഴുന്നള്ളി പല്ലങ്കിയും
ഇടവാള്കാരൻ പലിശക്കാരൻ
മുമ്പിലെഴുന്നള്ളിപ്പോകുന്നതാ
പുളിക്കാൻ കടവിനങ്ങെത്തുന്നേരം
ചങ്ങോടം കെട്ടിപ്പിടിച്ചതില്ല
തമ്പുരാൻ വരവാരുമറിഞ്ഞതില്ല
ഓമനത്താവത്ത് നോക്കുന്നേരം
പട്ടാളോ വാളും നിരന്നപോലെ
എണ്ണ്യാലൊടുങ്ങാത്തെ നായമ്മാറും
ഇടക്കിടെ കാണന്ന് പല്ലങ്കിയും
എന്തൊരകാലകലിയുഗോവെന്ന്
ചെങ്ങലത്തറയിലെ തീയ്യമ്മാറ്
നന്നായി നോക്കിപ്പറഞ്ഞവര്
ഓമനച്ചിറക്കലെ തമ്പുരാന്റെ
പല്ലങ്കിയല്ലേയീക്കാണുന്നത്
നടക്കലെ വീട്ടിലെ നമ്പ്യമ്മാറും
ചെങ്ങലത്തറയിലെ തീയ്യമ്മാറും
എല്ലാരും വന്നാട കൂടുന്നത
എന്തൊരു കാല കലിയുഗോവാന്ന്
തമ്പുരാന്മാരങ്ങെഴുന്നള്ളുമ്പം
ചങ്ങോടം കെട്ടിപ്പിടിക്കുവീട
നാടൊക്കെത്തന്നെയറിയൂവല്ലോ
എന്നല്ലവര് നിനക്ക്ന്നത്
ഓമനക്കടവിനി[122] വന്നവര്
ചങ്ങോടവൊക്ക കെട്ടിയല്ലോ

121. കീഴെയുള്ള വഴിയിലൂടെ
122. കടവിന്ന്

ചങ്ങോടമുന്തിയടുപ്പിക്കുമ്പം
എല്ലാരും വന്നങ്ങ് കേറുന്ന്ണ്ട്.

ചങ്ങല്ക്കൂലോത്ത് പോകുന്നേരം
അവിടയതാരുവുംകൂടിയതില്ല
മോലോവും[123] കേറിയങ്ങ് പോകുന്നേരം
അവിടെയൊരു പന്തലും വീതതില്ല
നന്ന വയിതല്ലോ[124] തമ്പുരാന്മാറ്
മീത്തലെ കോട്ടക്കു നേരെവന്നു
നേരെയിടത്തു തിരിഞ്ഞവര്
നടുക്കുള്ള കോട്ടക്ക് വൈ തിരിയുന്ന[125]
അവിടയും ചെന്ന് വിളിക്കുന്നേരം
അന്തിയറുത്തങ്ങ്[126] പോയത്ണ്ട്
എല്ലാരും വന്ന് വളഞ്ഞവിട
കേളൂനെയല്ലേ വിളിക്കുന്നത്
മുരിക്കഞ്ചേരി കേളു കുഞ്ഞിക്കേളു
വിളിച്ച് വിളിച്ച് പൊറുതികെടുമ്പം
ആലും തറയും കോട്ടയ്ന്ന്
മെല്ലെ തല പൊന്തിച്ച് നോക്കുന്നല്ലോ
തലയുവും പൊന്തിച്ച് നോക്കുന്നേരം
ഇടക്കിടെകാണുന്ന് പല്ലങ്കിയും
നിറഞ്ഞങ്ങ് കാണുന്ന് നായിമ്മാറ
ചിറക്കലെങ്ങുള്ളോരു തമ്പാട്ട്യേളും
നന്നായിതന്ന്യല്ലേ കാണുന്നത്
പിന്നയുവാടക്കിടന്നു കേളു
പിന്നയും വിളിക്കുന്ന തമ്പുരാന്
മുരിക്കഞ്ചേരിക്കേളു കുഞ്ഞിക്കേളു
ഉറക്ക്ന്നുണരെന്റെ കുഞ്ഞിക്കേളു
എന്ന് പറഞ്ഞങ്ങ്ഞെട്ടി കേളു
ഓമനച്ചിറക്കലേ തമ്പുരാനേ
എന്തിനായെന്ന വിളിക്കുന്നത്.
ഓലയയച്ചില്ലെ കുഞ്ഞിക്കേളു
എന്തിനാണോലയയച്ചോണ്ടത്
ഇക്കണ്ടയാളയൊക്ക കൊണ്ടുവരുവാൻ

123. മഹാകോവിലകവും (ക്ഷേത്രം)
124. വൈകിയല്ലോ (താമസിച്ചു പോയല്ലോ)
125. വഴി തിരിയുന്നു
126. സന്ധ്യയായി

കാലം പതിമൂവാണ്ടേറെയായി
ഓമനച്ചിറക്ക്ന്ന് ഞാൻ വന്നിറ്റ്
തമ്പുരാൻ തന്റെ തിരുമനസ്സ്
നന്നായറിയാനും കാലോവായില്ലേ
അന്ന് തൊട്ടിന്ന് പുലന്നെ[127]ടുത്തോളം
വന്നവഴിയൊന്നറിഞ്ഞ തമ്പുരാനേ
ഇന്നതങ്ങെങ്ങനെയേഴുന്നള്ളിയത്.
നാട്ടിലെയാള് പറഞ്ഞു കേട്ടു
ആര്യംപള്ളില്ലത്ത് പിടാരമ്മാറ്
അമ്പലം നടയില് വന്നവരോട്
നിന്റോരു പേരു പറഞ്ഞുകേട്ടു
മുരിക്കഞ്ചേരിക്കേളു കുഞ്ഞിക്കേളു
മാടായിക്കോട്ടയെടുപ്പിച്ചെന്ന്
മാടായിക്കോട്ടയെടുത്തില്ല ഞാൻ
ചുറ്റും കിടങ്ങീട കെട്ടിയതില്ലു
കേറുന്നരയാൽത്തറയും കെട്ടി
ഇരിക്കാനായ് നല്ല തറയും കെട്ടി
മേൽഭാഗോവൊന്നും ഞാൻ കെട്ടിച്ചില്ല
കെട്ടാനൊരുകൈമുതലുവില്ല
അടുത്തിലത്തറയിലെ തീയ്യമ്മാരും
വെങ്ങരത്തറയിലെ കൊശവമ്മാരും
വെങ്ങരത്തറയിലെ കോലയാമ്മാരും
വയലപ്ര ഭാഗത്തെ ആശാരൃളും
മാടായിത്തറയിലെ പുലയമ്മാറും
കാവില് പൊള്ളേരെ തിരുമനസ്സി-
ലങ്ങനെയുള്ളയടിയാമ്മാറും
പിറവിയത്ത് അങ്ങാടീ ചോനോമ്മാറും
ഓറെ മനസ്സെന്നോടുണ്ടായിറ്റ്
നിനക്കുമ്പോൾ കല്ല് പൊളിപ്പിച്ചു ഞാൻ
നിനക്കുമ്പം കല്ലങ്ങെടുപ്പിച്ചു ഞാൻ
ചുറ്റും മതില്വും കെട്ടി ഞാന്
കോട്ടയടയാളം നാലുണ്ടാക്കി
തെക്കനംകോട്ട പണിത്തരത്തിൽ
ചുറ്റുംമതിലോടെ പൊന്തിച്ചു ഞാൻ
മാമ്പലക്കുന്നിന്റെ വലത്തുഭാഗം
പടുകുന്ന് ചിറയേരെ വലത്തുഭാഗം
തെക്ക് പടിഞ്ഞാറ് കന്നിരാശിക്ക്

127. പുലർന്നെ

അവിടെയൊരു ചുറ്റും മതിലുംകെട്ടി
അവിടെയൊരു കോട്ടയെന്നു പേരുവിട്ടു
ഇത്തരം പണിയല്ലെടുത്തതില്ലു[128]
എരിഞ്ഞെ കരിമ്പാറ തട്ടുംപുറോം
എരിഞ്ഞതുമില്ല കരിഞ്ഞതില്ല
പൊരിഞ്ഞതുമില്ല മരിച്ചതില്ല
മുട്ടത്തുപള്ളിക്ക് വെടിയുംവെച്ചു
പൊന്തായിയൊന്ന് ചരിഞ്ഞത്ണ്ട്
പാല്യംപറമ്പ് നിരന്നത്ണ്ട്
വേർപ്പുവും വെള്ളോവൊലിക്കുവാൻവേണ്ടി
നല്ലൊരു പുത്തൻ കുളവും കുത്തി
പിന്നയും കേക്കെന്റെ തമ്പുരാനേ
അപ്പൻ തിരുക്കയ്യി കൊണ്ടൊന്ന്പോലും
തടുത്ത് നിറുത്തിയ തടുകുന്നില്
മാടായിക്കാവിൽ ഭഗവതിയമ്മ
നീരാടിപ്പോരുന്ന വിയർപ്പുവെള്ളം
നന്നായെനക്ക് കുടിപ്പാനുണ്ട്
വടക്കനാം വള്ളിക്കെട്ടിലാന്ന് തമ്പ്രാനേ
നന്നായി വളന്നുള്ള ദേവമ്മാറ്
എല്ലാരും നീരാടിവന്ന വെള്ളം
കുടിപ്പാനെനക്കങ്ങ് ഉണ്ട് തമ്പ്രാനേ
ഐക്കോട്ട് തറയിന്ന് ഞാൻ പോരുമ്പം
ഒരു പൊന്തിക്കോലാധാരായ് വന്നു ഞാന്
തെരുവൻമുണ്ടായിറ്റുടുത്തും വന്നു
പട്ടൂണ്ട്[129] തന്നത് നിങ്ങളാക്ന്ന്
നാട് നടന്നും പിരിപ്പിച്ചതും
ഓമനച്ചിറയൊന്ന് പൊന്തിച്ചതും
എന്റോരു അച്ചനും കാരണോമ്മാറും
ഐക്കോട്ട് തറയിലെ ദെയ്വങ്ങളും
ഓറെ തിരുമനസ്സായിരിക്കും.
എന്തെന്ന് നിനച്ചുവയച്ചുവിങ്ങ്
ഒന്ന് കുറ പതിനായിരം നായമ്മാറ
സന്തോഷവാക്ക് പറഞ്ഞുംകൊണ്ട്
മാടായിക്കോട്ടക്കയക്കുന്നേരം
നായി[130]യരിയില്ലേ തരുവാനായി

128. ഉള്ളൂ
129. പട്ടുമുണ്ട്
130. നാഴി

ഒറ്റപ്പുതുപ്പണം തന്നുകൂടെ
കൈമുതലെന്തോ ഞാൻ കൊണ്ടന്നിന[131]
പൊന്തി പലിശയായി വന്നു ഞാന്
കാലം പതിമൂവാണ്ടേറെയായി
എന്നിട്ടും തമ്പുരാൻ ചോതിച്ചില്ല
ഏത് മുതലോണ്ട്[132] ചെയ്യണം ഞാന്
വെങ്ങരത്തറയിലെ വാരംപാട്ടം
ഓമനച്ചിറയിലടക്ക് നിങ്ങ[133]
വെങ്ങരത്തറയിലെ വാരംപാട്ടം
ഓമനച്ചിറയിലടക്ക് നിങ്ങ
മാടായിത്തറയിലെ വാരംപാട്ടം
അമ്മേരെ നിത്യവിളക്കിനായിട്ട്
മാടായിക്കാവിലളക്കുകയും
ആര്യംപള്ളില്ലത്ത് പിടാരരടുക്ക
ഓറൊക്കത്തന്നെ കൊടുക്കുകയും
ബാക്കിയുള്ളതൊക്കയും കൊണ്ടുപോയി
ഓമനച്ചിറക്കല് വെച്ചുനിങ്ങ
മുരിക്കഞ്ചേരിക്കേളു കുഞ്ഞിക്കേളു
തട്ടും പുറം നല്ലെരിഞ്ഞുംകൊണ്ട്
ആട്ന്നും തന്നെ കരിഞ്ഞുപോട്ടെ
എന്നു നിനച്ചെന്റെ തമ്പുരാനേ
എങ്ങനെ നിങ്ങളയച്ചുവെന്ന
അമ്മ കുടികൊണ്ടെ വള്ളിക്കെട്ടിൽ
കാണുന്ന പാലുപോലയുള്ള കാറ്റ്
കൊണ്ടിറ്റിരുന്നു ഞാൻ തമ്പുരാനേ
ഇപ്പറഞ്ഞതൊക്കെ സത്തിയോവാന്ന്.

എന്ന് പറഞ്ഞത് കേട്ടു തമ്പുരാൻ
ദേഷിയ[134]പ്പെട്ട് പറയുന്നല്ലോ
ഒന്ന്ണ്ട് കേക്കെന്റെ കുഞ്ഞിക്കേളു
ഇന്നിയങ്ങൊന്നും പറയവേണ്ട
നായിയും താക്കോലും വെച്ച് പോട്
അന്നേരം പറയ്ന്ന് കുഞ്ഞിക്കേളു
ഓമനച്ചിറക്കലെ തമ്പുരാനേ
കൂടിയുലകരേ മാലോകരേ

131. കൊണ്ടുവന്നിരുന്നോ
132. മുതൽകൊണ്ട്
133. നിങ്ങൾ
134. ദേഷ്യം

നായിയും താക്കോലും തരുവാൻവേണ്ടി
ആരെന്റെ കൈയീല് തന്നതിതൊക്ക
നമ്മക്കങ്ങെല്ലാർക്കും പോകയീടന്ന്[135]
തിരുള്ളോട്ടുകാവും തിരുമുമ്പില്
കേക്കേനടക്കലും പോകനമ്മൾ
അവിടെയും തന്നെ ഞാൻ വെച്ചേക്കാലോ
ആരുവുമെന്റെ കൈയിൽ തന്നതുമില്ല
ആരിക്കും ഞാന് കൊടുക്കാനില്ല
അമ്മേരെ കൈയീല് വെക്കയെന്ന്
പറഞ്ഞിട്ടങ്ങെല്ലാരും നിക്കുന്നത.

നേരോവങ്ങൊട്ടു പുലരാനായി
പുലർച്ച വിളക്കിന് നേരാകുമ്പം
കേക്കേനടക്കാട[136] കൂട്ടംകൂടി
അമ്മേരെ തിരുനട തുറക്കുന്നേരം
കാണുന്ന് കേളൂന്റെ മെയ്യൊക്കയും
ഇരുകൈയും കൂട്ടിത്തൊവ്തു കേളു
പൊന്തി പലിശയോടെ തൊവ്തു കേളു
കേക്കേനടയില് നിന്നു കേളു
എന്തെന്നാ തമ്പ്രാനേ ചെയ്യണ്ടത്
നായിയും താക്കോലും വെക്കേ കേളു
എന്നു പറഞ്ഞപ്പം പറഞ്ഞു കേളു
ആര്യംപള്ളില്ലത്ത് പിടാരമ്മാറേ
ഞാൻ വന്ന് കേറിയെ നാളിലാക്ന്ന്
ആര്യംപള്ളില്ലത്തെ വെള്ളെനക്ക്
ആര്യംപള്ളില്ലത്തെ ആളെനക്ക്
അമ്മേരെ നല്ലോരു പായസെനക്ക്
അമ്മേരെ നല്ലൊരു കാറ്റേനക്ക്
അന്ന് തൊട്ടിന്ന് പുലന്നെടുത്തോളം[137]
അമ്മയെനക്കുതന്നെ താക്കോലാന്ന്
എരിഞ്ഞെ കരിമ്പാറക്കുള്ള കല്ല്
അല്ലാതെ താക്കോലും തന്നതില്ല
അല്ലാതൊരു പൂട്ടുവും തന്നതില്ല
അല്ലാതൊരു നായിയും തന്നതില്ല
അങ്ങനെ നായിയും താക്കോലിനും
തമ്പുരാനെന്നോട് ചോതിക്കുന്നെങ്കിൽ

135. പോകാം ഇവിടെനിന്ന്
136. കിഴക്കെ നടയ്ക്ക് അവിടെ
137. പുലർന്നെടുത്തോളം

കേക്കേ നടക്കു വലത്തുഭാഗം
വെള്ളോട്ടിടങ്ങഴീം താക്കോലതാ
കാവുഭഗവതീപൊന്നമ്മേരേ
കേക്കേനടക്കുള്ള താക്കോലതാ
അല്ലാതൊരുതാക്കോല് തന്നില്ലാരും
വിളിച്ചങ്ങ് ചോതിക്ക് തമ്പുരാനേ.

ഏറപ്പറയല്ലേ കുഞ്ഞിക്കേളൂ
ഉടനെ നീയീടന്ന് പോവേ വേണം.

കൂടിയുലകരേ മാലോകരേ
ആര്യംപള്ളില്ലത്തെ പിടാരമ്മാറേ
ഞാനീപ്പറഞ്ഞത് കളവെങ്കിലും
തമ്പുരാൻ പറയുന്നത് നേരെങ്കിലും
ഇന്നതാക്കൂട്ടത്തോടെ നിന്നെയാള്
ഇനിയൊരുകാലത്തങ്ങാകുന്നേരം
കൂട്ടംപിരിഞ്ഞിട്ടങ്ങേകനാകും
സത്തിയവാക്കു പറഞ്ഞുവെങ്കില്
കൂട്ടംപിരിയാതെനിക്കും[138] കിട്ടോ.
കാവിൽ ഭഗവതീ പൊന്നമ്മേനെ
നന്നായിത്തന്നെ കയിവണങ്ങി
അരിശം ചൊടിക്ക്ന്ന് തമ്പുരാന്
തന്മനം കുളിർക്ക്ന്ന് കുഞ്ഞിക്കേളു
നിന്ന് കരുത്തായ് പറഞ്ഞുകേളു
ഒൻപതാംനല്ലെ വയസ്സാകുമ്പം
ഐക്കോട്ടുതറയിന്ന് ഞാൻ പോരുമ്പം
എന്റെ അച്ചനും കാരണോമ്മാറും വിളിച്ചുവെന്ന
നാട്ടിന്റെ കീർത്തി കുറഞ്ഞുപോല
നമ്മളെ പേര് കുറഞ്ഞുപോല
എന്നു പറഞ്ഞെന്നയയച്ചതാന്ന്
തമ്പുരാനെന്ന വളത്തിയതാന്ന്[139]
തമ്പുരാൻ ചെയ്തുള്ള കഷ്ടംകൊണ്ട്
ഇത്തരവൊക്കെപ്പറഞ്ഞു ഞാന്
സത്തിയംപോലെയങ്ങ് വന്നോളട്ടെ
ആര്യംപള്ളില്ലത്ത് പിടാരമ്മാറേ
കൂടിയുലകരേ മാലോകരേ

---

138. നില്ക്കു
139. വളർത്തിയതാണ്

എന്റെ പലിശ കമിഞ്ഞ് മലന്നതുപോലെ
ഒരുകാലം മലന്നിട്ടടിക്കും[140] കെട്ടോ
എന്നു പറഞ്ഞ് പലിശയെടുത്തു
അമ്മേന നന്നായ് കയി വണങ്ങി
മേലോട്ടെറിയുകയും ചെയ്യൂകയും
എന്റെ പൊന്തി പലിശ മറിയുമ്പോലെ
തമ്പുരാനൊരുകാലം മറിഞ്ഞുപോകും
കാവിൽഭഗവതി പൊന്നമ്മേന്റെ
നാടുവിട്ടെന്നെ നടത്തിക്കല്ലെ
എന്ന് പറഞ്ഞങ്ങ് കീഞ്ഞുകേളു
അന്നടത്തത്താലെ വന്നൂ കേളു
ഓമനച്ചിറക്കലും തായലെക്കൂടി
വേഗം നടക്കുന്നാകുഞ്ഞിക്കേളു
കണ്ണൂലറക്കലേക്കും പോന്നാ കേളു.

കണ്ണൂലറക്കലും ചെന്നൂ കേളു
കണ്ണൂലറക്കല് വലിയ തങ്ങളെ
തങ്ങളെ[141] മുമ്പാകെ പോയി കേളു
തങ്ങള കണ്ണാലെ കണ്ടനേരം
അന്നേരം പറയിന്ന് വലിയതങ്ങള്
മുരിക്കഞ്ചേരിക്കേളു കുഞ്ഞിക്കേളു
ഓമനച്ചിറക്കല് തമ്പുരാന്
എങ്ങനെ കേളൂനയച്ചോണ്ടത്
എന്താന്ന് കേളു നീ വന്നോണ്ടത്.
അന്നേരം പറയുന്ന കുഞ്ഞിക്കേളു
കണ്ണൂലറക്കലെ വലിയ തങ്ങളെ
ഞാൻ വന്നതൊക്കെ പറയാമല്ലോ
എനക്കതെങ്ങെന്തെങ്ങും[142] പണിതരേണം.
പൊട്ടിച്ചിരിക്കുന്ന തങ്ങളാന്ന്
ഒന്ന്ണ്ട് കേക്കപ്പാ കുഞ്ഞിക്കേളു
ഓമനച്ചിറക്കലെ നല്ലരിയും
നല്ലരിതിന്നു മടുത്തോ കേളു
പൊടിയരി തിന്നാനോ വന്നതു കേളു
കോയിച്ചാറ് കൂട്ടി മടുത്തോ കേളു
എറച്ചിച്ചാറ് കൂട്ടാനോ വന്നത് കേളു
എന്തു പണിയാണ് ഞാൻ തരേണ്ട്

140. മലർന്നിട്ടടിക്കും
141. തങ്ങളുടെ
142. എനിക്ക് എന്തെങ്കിലും

ഓമനച്ചിറക്കല് തമ്പുരാന
തമ്പുരാന കവിച്ചങ്ങ്[143] നടക്കുംകേളു
നന്നായിത്തെണ്ടി നടക്കെ കേളു
എങ്ങനെ കാണാതെ വന്നൂ കേളു
എന്തെന്നാ കേളു കളിക്കുന്നത്.
ഏതും പറയല്ലേ വലിയതങ്ങളെ
എനക്കതങ്ങെന്തെങ്ങും പണിതരേണം.
എന്ത് പണിയാ തരണ്ട് കേളു
എന്ത്ന്നാ കേളു പറയുന്നത്
ഓമനച്ചിറക്കല് പണിയില്ലായ്റ്റ്
കണ്ണൂലറക്കല് വന്നതാ ഞാന്
എന്നക്കൊണ്ടെന്താ പറയുന്ന് കേളു
എന്ന്യോന്ന് നോക്കാനോ വന്നത് കേളു
എന്ന്യോന്ന് കാണാനോ വന്നത് കേളു.

ഏതും പറയല്ല വലിയതങ്ങളെ
തമ്പുരാനെന്നെയും കൈയിളക്കി
നേരുപറയെന്റെ കുഞ്ഞിക്കേളു
എന്ത്ന്നാ കേളു ഞാൻ കേക്കുന്നത്[144]
എന്ത്ന്നാ കേളു ഞാൻ കാണുന്നത്
എന്ത്ന്നാ കേളു പറയ്ന്നത്
തമ്പുരാൻ കേളൂന കൈവിട്ടെന്ന്
ആര് പറഞ്ഞത് കുഞ്ഞിക്കേളു,
പറയുന്നല്ലന്നേരം കുഞ്ഞിക്കേളു
അടിയനതങ്ങെന്തെങ്ങും പണിതരണം
എന്തുപണിയുവെടുക്കുവടിയൻ
എന്ത്ന്ന് പറഞ്ഞപ്പാ കുഞ്ഞിക്കേളു
അന്ന് പുലർന്നിട്ട് ഇന്നാളോളം
അടിയനെന്നേതും പറഞ്ഞില്ല കേളു
അടിയത്തരത്തില് പെട്ടതെന്താ
എന്ത്ന്നാ കേളു ഞാൻ കേക്കുന്നത്
നാട് നടക്കാനും വാങ്ങൂവാനും
അയിനൊക്കെ[145]യാളായിപ്പോയീ കേളു
പാട്ടപ്പണവും പിരിപ്പിക്കാനാ-
യതിനൊക്കെയാളായിപ്പോയീ കേളു
അടങ്ങാത്തെ പാട്ടോ വടക്കുവാന്

143. തമ്പുരാനെ കടന്നങ്ങ് (വകവയ്ക്കാതെ)
144. കേൾക്കാതെ
145. അതിനെല്ലാം

അതിനൊക്കെയാളായിപ്പോയി കേളു
പിന്നെയെന്താ കേളു പണിതരണ്ട്[146]
നേര് പറയെന്റെ കുഞ്ഞിക്കേളു
ഞാനതൊരുകാലം നിനക്കയില്ല
ഓമനച്ചിറക്കലെ തമ്പുരാന്
നിന്നക്കയ്വിട്ടെന്ന് പറഞ്ഞു കേളു
കളിവാക്കങ്ങാണ് പറയ്ന്ന് കേളു
ഒന്ന്ണ്ടോ കേക്കൂൻ വലിയതങ്ങളെ
കളിവാക്കങ്ങല്ല പറയ്ന്ന് ഞാന്
എനക്കതങ്ങെന്തെങ്ങും പണിതരേണം
കളിവാക്കങ്ങായിപ്പറഞ്ഞു തങ്ങള്
നീ വലിയ മരത്തിമ്മ കേറേ കേളു
നാട്ടിലങ്ങെന്താ പണിയില്ലതെന്ന്
നോക്കിയറിയെന്റെ കുഞ്ഞിക്കേളു
നേരെന്ന് കേളു നിനച്ചും പോയി
വലിയ മരം മേലേയും കേറി കേളു
നാട്ടിൽ പരസ്ഥാനം നോക്കുന്നേരം
മണിയാറിടം വീട് കണ്ടുംപോയി
മണിയാറിടം വീട് നോക്കുന്നേരം
കണ്ണൂലറയിലും പൊന്തിയത്ണ്ട്
വേഗത്തിൽ കീയുന്ന കുഞ്ഞിക്കേളു
തങ്ങളെ മുമ്പാകെ പോര്ന്ന്ണ്ട്
ഒന്ന്ണ്ടോ കേക്കേണം[147] വലിയതങ്ങളെ
നാട്ടിൽ പരസ്ഥാനം നോക്കുന്നേരം
മണിയാറിടം കുറേ പൊന്തിയത്ണ്ട്
കണ്ണൂലറ കുറേ താണത്ണ്ട്
മണിയാറിടം കുറേ പൊന്തിക്കോട്ടെ[148]
കണ്ണൂലറ കുറെ താണോളട്ടെ
മണിയാറിടത്തിലെ കോയിമ്മയും
നന്നായി വാണു വളരുംകോയ്മ
എന്നാല് നീയീട്ന്ന്[149] പൂവേ[150] കേളു
മണിയാറിടത്തിലെ കോയ്മ്മയോട്
നിനക്ക്[151] പണിയും തരുവാൻ പറ

146. ജോലി തരേണ്ടത്
147. കേൾക്കുവിൻ
148. പൊന്തി (ഉയർന്നു) കൊള്ളട്ടെ
149. ഇവിടെനിന്ന്
150. പോവുക
151. നിനക്ക് (നിണക്ക്)

എന്ന് പറഞ്ഞങ്ങയക്കുന്നതാ
എന്ന് പറഞ്ഞങ്ങ് പോയി കേളു.

മണിയാറിടത്തിലങ്ങെത്തുന്നല്ലോ
കേക്കേനടയിലെ കേറുന്നതാ
കേക്കേനടയും പണിത്തരംകണ്ടു
കേക്കേ തിരുമച്ചും തൂണും കണ്ടു
പറയുന്നല്ലന്നേരം കുഞ്ഞിക്കേളു
മണിയാറിടത്തിലെ കോയ്മമ്മാമാ
ഇത്തരം പണിയും ചിത്തറങ്ങൾ
എന്ത് വിലവ്ണ്ട് കോയ്മമ്മാമാ
മുരിക്കഞ്ചേരിക്കേളു കുഞ്ഞിക്കേളു
നീയെന്താ കളിക്ക്ന്ന് കുഞ്ഞിക്കേളു
നീയെന്താ കേളു പറയുന്നത്
കേളു കളിയൊന്ന് കാണുന്നേരം
കേളു പറച്ചില്[152] കേക്കുന്നേരോം
എന്തിലാ കേളു പിഴച്ചുപോയത്
ഒന്നിലും പിഴച്ചില്ല, കോയ്മമ്മാമാ
ഇത് കല്ലും മരംകൊണ്ടെടുത്ത പണി
കൈയും കണക്കെന്റെ ചിണ്ടന്റേത്
നെല്ലും പണവൊക്കെയെന്റെയാക്ന്ന്
എന്ന് പറയ്ന്നാ കോയ്മമ്മാമൻ,
തെക്കനൻഭാഗത്ത് വന്നൂ കേളു
തെക്കെപ്പണിത്തരം നോക്കുന്നല്ലോ
ചിത്തറം കൊത്തും പണിയും കണ്ടു
ചുറ്റും പണിയും മരപ്പണി കണ്ടു
പിന്നീം പറയ്ന്ന് കുഞ്ഞിക്കേളു
ഈ ഭാഗം നല്ലെ പണിത്തരങ്ങൾ
ചുറ്റും മതിലും കിടങ്ങുവൊക്ക
ചിത്തിറം കൊത്തുവും തൂണുവൊക്ക
ഇതിനൊക്കെ എന്തു ചിലവാക്ന്ന്,
കല്ലും മരം കൊണ്ടെടുത്ത പണി
കൈയും കണക്കെന്റെ ചിണ്ടന്റേത്
നെല്ലും പണവൊക്കയെന്റെയാക്ന്ന്
അവിടുന്നും പോരുന്നാ കുഞ്ഞിക്കേളു
പടിഞ്ഞാറൻഭാഗത്തെ പോരുന്നേരം
പടിഞ്ഞാറ് ചന്ദ്രൻ ചെരിഞ്ഞപോലെ

152. വാക്ക് (പറയുന്നത്)

നക്ഷത്തറങ്ങളുദിച്ചപോലെ
ഇത്തരം പണിക്കെന്തു ചിലവമ്മാമാ
ഒന്ന്ണ്ടോ കേക്കപ്പാ കുഞ്ഞിക്കേളു
നീയതങ്ങെന്താ പറയ്ന്ന് കേളു
ഓമനച്ചിറക്കലെ തമ്പുരാന്
എങ്ങനെനിന്നയയച്ചതിപ്പം
അന്നേരം പറയ്ന്ന് കുഞ്ഞിക്കേളു
കണ്ണൂലറക്കല് വലിയതങ്ങള്
നിങ്ങളോട് വേഗത്തിൽ പൂവാൻ[153] ചൊല്ലി
ഇത്തരം പണിയെന്തെ കേക്കട്ടെ ഞാൻ
കല്ലും മരംകൊണ്ടെടുത്ത പണി
കൈയും കണക്കെന്റെ ചിണ്ടന്റേത്
നെല്ലും പണവൊക്കെ യെന്റെ യാക്ന്ന്.
വടക്കിനൻഭാഗത്തെ വന്നൂ കേളു
വടക്കുള്ളെ വായിച്ച[154] പണിത്തരവും
ചിത്തറം കൊത്തും പണിത്തരംകണ്ടാൽ
കണ്ടാലഴകേറ്റം നിന്നും പോകും
ഇതിനൊക്കെ യെന്ത് ചിലവമ്മാമാ
കൈയും കണക്കെന്റെ ചിണ്ടന്റേത്
നെല്ലും പണവൊക്കയെന്റെയാക്ന്ന്,
നീയെന്തായിക്കേളു പറയുന്നത്
നാലാനാംകെട്ട് നടുപ്പുരയിൽ
നേരത്തെ കാച്ചിതണിഞ്ഞെ പാല്
എടുക്കട്ടെ ഞാനും കുടിച്ചോളട്ടെ.
എന്ത്ന്നാ[155] കേളു പറയ്ന്നത്
എന്ത്ന്നാ കേളു ഞാൻ കേക്കുന്നത്.

അങ്ങനെ പറഞ്ഞാട നിക്കുന്നേരം
കണ്ണൂലറക്കല് വലിയതങ്ങള്
തങ്ങള് കലിപ്പിച്ചയച്ചോണ്ടിനി[156]
നിങ്ങളോട് വേഗത്തിൽ പോവൂവാനും
നിങ്ങളൊരു നോക്ക് കാണുവാനും
എന്ത്ന്നാ കേളു പറയുന്നത്
തങ്ങളങ്ങെന്താ പറഞ്ഞോണ്ടത്[157]

153. പോകുവാൻ
154. വാഴ്ച
155. എന്തൊന്നാണ്
156. കല്പിച്ചു അയച്ചിരുന്നു
157. പറഞ്ഞുകൊണ്ടത്

തങ്ങളും ഞാനുവങ്ങായേ കേളു
ഒന്നും കണക്കുവും കൈയുമില്ല.
മുണ്ടോൻവയലായി നടന്നൂ ഞങ്ങൾ
മുണ്ടോൻവയലിലെ പുല്ലും തച്ചു
അതുവോടയക്കണക്ക് തീർത്തുവല്ലോ
പിന്നെയെന്താ തങ്ങള് വിളിക്കണ്ടത്[158]
പിന്നെയെന്താ തങ്ങള് പറയണ്ടത്[159]
ഒരിക്കാ വിളിച്ചിറ്റ് പോയ്ക്കോണ്ടിറ്റ്[160]
അന്നൊരു മാലയും തന്നെനിക്ക്
അമ്മാല കഴുത്തിൽ കെണിഞ്ഞേപ്പിന്ന[161]
കണ്ണൂലറയെന്നും തങ്ങളെന്നും
വിളിക്കുമ്പം ഞാനാട പോവേ വേണം
അതിനായിത്തന്നോരു പണിയാക്ന്ന്
മുണ്ടോൻവയല് നടന്നു ഞങ്ങള്
പുല്ലും തച്ചക്കണക്ക് തീറുത്തല്ലൊ[162]
പിന്നെയെന്താ തങ്ങള് വിളിക്കണ്ടത്
പിന്നെയെന്താ തങ്ങള് പറയണ്ടത്.

എന്നു പറഞ്ഞാട നിക്കുന്നേരം
ഓമനച്ചിറക്കലെ തമ്പുരാന്
മാടായിക്കാവ്ന്ന് കീഞ്ഞുവല്ലോ
ഓമനച്ചിറക്കലങ്ങെത്തിയല്ലോ.
ഓമനച്ചിറക്കലങ്ങെത്തുകയും
നാൽകുലം വാഴുന്നെ തമ്പുരാമ്മാറും
നാല് നടപ്പള്ള്യാൻ നമ്പ്യാമ്മാറും
എല്ലാരും കൂടിപ്പറഞ്ഞോള്ന്ന്
മുരിക്കഞ്ചേരിക്കേളു കുഞ്ഞിക്കേളു
എങ്ങോട്ട് പോയത് കണ്ടില്ലല്ലോ
പിടിക്കാനും കെട്ടാനും കൊല്ലുവാനും
എന്നങ്ങ് കൂടിപ്പറഞ്ഞവര്
നായ്മ്മാറെയല്ലേ നിരീക്കുന്നത്[163]
ഓമനച്ചിറക്ക് പടക്കാരയും
നന്നായിത്തന്നെയയക്കുന്നേരം

158. വിളിക്കേണ്ടത്
159. ഒരിക്കൽ
160. വിളിച്ചിട്ട് പോയിക്കൊണ്ടിട്ട്
161. പിന്നെ
162. തീർത്തുവല്ലോ
163. വിചാരിക്കുന്നത് (ചിന്തിക്കുന്നത്)

കണ്ടുള്ളെള ആളുകളും പറഞ്ഞുവല്ലോ
ഓമനച്ചിറക്കലും തായലെകൂടി[164]
ഇന്നലെ കേളുവങ്ങ്പോന്ന് കണ്ടു
ഏടയാ[165] പോയതെന്നറിഞ്ഞുംകൂടാ
അങ്ങാടിവയ്യാലെ[166] പോയത്ണ്ട്
കണ്ണൂര് വയ്യാലെ പോയത്ണ്ട്
കണ്ണൂലറക്ക ചുഴറ്റിയെന്നും തോന്ന്
ഓമനച്ചിറക്ക്ന്ന് നിരത്തുന്നതാ
ഓമനച്ചിറക്ക്ന്ന് നിരത്തിപട
വാളും പരിചയായ് കീയുന്നതാ
കണ്ണൂലറക്കലോളമെത്തീപട
തങ്ങളോട് ചെന്നങ്ങ് ചോദിക്ക്ന്ന്
ഉത്തിരോമില്ല പിറതിയില്ല[167]
എന്തൊരു കാലാകലിയുഗോവാന്ന്
ഇത്തറ നന്നായ് വളന്ന കേളൂന
വാളും പടയല്ലെവന്നതീട
എന്തെന്നറിഞ്ഞില്ല തമ്പുരാന്
എന്നുംനിനക്ക്ന്ന് വലിയതങ്ങള്
എന്നും പറയ്ന്ന് വലിയതങ്ങള്
പറയാതെകണ്ടതും നിന്നുംകൂട
ഓമനച്ചിറക്കലെ തമ്പുരാന്റെ
പടയതങ്ങല്ലെ നിരന്നോണ്ടത്
കേളൂന പിടിക്കാനും കെട്ടുവാനും
കണ്ടപ്പം[168] തന്ന്യങ്ങ് കൊല്ലുവാനും
എന്നുപറഞ്ഞങ്ങ് വിളിക്കുന്ന്ണ്ട്
എന്നുപറഞ്ഞങ്ങ് നോക്ക്ന്ന്ണ്ട്
മുന്നിൽപ്പടയും പരിചക്കാരും
നന്നായുറച്ചങ്ങ് നിന്നത്ണ്ട്
ഒന്ന്ണ്ടോ കേൾക്കണം നിങ്ങളോട്
ഇവിടയക്കേളുവും വന്നോണ്ടിറ്റ്
മണിയാറിടത്തിലയച്ചത്ണ്ട്
മണിയാറിടത്തിലും പോയത്ണ്ട്.

164. താഴത്തുകൂടി (അരികിൽക്കൂടി)
165. എവിടെയാണ്
166. വഴിയാലെ
167. ഉത്തരവുമില്ല പിറതി (പകരം)യുമില്ല
168. കണ്ടപ്പോൾ

ആ വാക്ക് കേൾക്കുന്ന പടയാളൊക്ക
കണ്ണൂരറക്കന്ന് നിരന്നെ പട
മണിയാറിടത്തോളം നിരക്കുന്നല്ലോ
മണിയാറിടത്തിൽ നിരന്നൂ പട
മണിയാറിടത്തിൽ നിരന്നൂ പട
എങ്ങാനും നീങ്ങാൻ കഴിയുന്നീല
എങ്ങാനും നീങ്ങാൻ കഴിയുന്നീല
പാളിയൻപടയും നിരന്നത്ണ്ട്
എങ്ങനെ ഞാനിപ്പം നീങ്ങണ്ടത്
എങ്ങനെ ഞാനിപ്പം പോകണ്ടത്
ഐക്കോട്ട്[169] തറയിലെ ദൈവങ്ങളേ
ഐക്കോട്ട് തറയിലെ കാരണമ്മാറേ
ഞാൻ നടന്നുള്ളത് സത്യെങ്കില്
പടയിടയില്ക്കടക്കവേണം
കാവൽ ഭഗവതിപൊന്നമ്മയേ
മാടായിക്കാവിൽ ഭഗവതിയമ്മേ
ഞാൻ നടന്നുള്ളത്സത്യെങ്കില്
പടയിടയീലെ പോകവേണം
എന്നല്ലെ കേളു നിനക്കുന്നത്.

കൈമടക്കി കൈയിട്ടു നോക്കുന്നേരം
ആളയുംവാള നിരന്ന്പോയി
പൂവളപ്പിൽ കഴുത്തിട്ട്നോക്കുന്നേരം
ആടയുംപാളിയൻ നിരന്ന് പോയി
കണ്ണാടിപോലെയുള്ള കണ്ണൂർരാജ്യം
ചെങ്കണ്ണുപോലെ കലങ്ങിപ്പോയി
പാള്യൻപടയല്ലെ നിരന്നോണ്ടത്
എന്തൊരുകാല കലിയുഗോവാന്ന്
നന്നായിത്തന്നെ നിനക്ക്ന്നത
എങ്ങനെപടയിടെ പോകണ്ടത്
നന്നായി ദയിവങ്ങളെ നിനക്കൂകയും
പടയിടയിലെ ചാടിക്കടക്കൂകയും
കണ്ണൂരറക്കലങ്ങെത്തുന്നേരം
കണ്ണൂരറക്കലെ വലിയതങ്ങള്
തലകുത്തീരിക്കുന്ന് വലിയതങ്ങള്
മുരിക്കഞ്ചേരിക്കേളു കുഞ്ഞിക്കേളു
ഏഴുവയസ്സിലേ കീഞ്ഞു കേളു

169. അഴീക്കോട്ട്

പന്തിരണ്ട് തിരുവയസ്സെത്തുന്നേരോം
ഓമനച്ചിറയും നിറഞ്ഞത്ണ്ട്
കണ്ണൂലറക്കലാട പൊന്തിയത്ണ്ട്
കേളൂനിയല്ലിപ്പം[170] പട വന്നത്
എന്തൊരു കാലകലിയുഗോവാന്ന്
എന്ന് നിനച്ചങ്ങ് നിക്കുമ്പക്ക്[171]
തങ്ങളെ മുമ്പില് തുള്ളിവീണു.

കേളൂന കണ്ണാലെ കാണുന്നേരം
നന്നക്കരയ്ന്ന് വലിയതങ്ങള്
എന്റെ മുരിക്കഞ്ചേരിക്കേളു കുഞ്ഞിക്കേളു
ഓമനച്ചിറക്കലെ തമ്പുരാമ്മാറ
വാരിയെടുത്തുള്ളെ കുഞ്ഞിക്കേളു
കണ്ണൂലറയും പടനിരന്നിനി
ഓമനച്ചിറക്കലും പടനിരന്നിനി
മണിയാറിടത്തിലും പടനിരന്നിനി
എന്തൊരുകാല കലിയുഗോവാന്ന്
ഏതുംപറയല്ലെ വലിയതങ്ങളേ
അടിയനങ്ങേതും പിഴച്ചതില്ല
എനക്കൊരു കുതിര[172] തരികവേണം
ഒന്ന്ണ്ടോകേക്കെന്റെ കുഞ്ഞിക്കേളു
കുതിരപ്പന്തീൽച്ചെന്ന് നോക്കേകേളു
നിനിക്കൊത്ത കുതിരയങ്ങ് വന്നോളട്ടെ
ആ വാക്ക് കേട്ടുവല്ലോ കുഞ്ഞിക്കേളു
എന്റെ മാടായിക്കാവിൽ ഭഗവതിയമ്മേ
മാടായിക്കാവോളം വരണ്ണെനക്ക്
കുതിരേനയൊന്നെനക്ക് കാട്ടുകവേണം
കുതിരപ്പന്തീൽച്ചെന്ന് കേറീകേളു
ഏതൊരു ഭാഗവും തിരിഞ്ഞുംകൂടാ
പാളിയൻപടയല്ലെ നിരന്നതീട
ചെന്നങ്ങ് നോക്കുന്നാ കുഞ്ഞിക്കേളു
വെള്ളക്കുതിരയൊന്ന് നടക്ക്ന്ന്ണ്ട്
മെരണ്ടോണ്ട്[173] കുതിര നടക്ക്ന്ന്ണ്ട്
കുതിരയ്ക്ക് വജ്ജിരം കെട്ടിയത്ണ്ട്
ഇരിപ്പും ചവിട്ടൊക്കെ കാണുവാന്ണ്ട്

---

170. കേളുവിന് അല്ലേ ഇപ്പോൾ
171. നില്ക്കുമ്പോഴേക്ക്
172. എനിക്കൊരു കുതിരയെ
173. മിരണ്ടുകൊണ്ട് (വിരണ്ടുകൊണ്ട് - പരിഭ്രമിച്ച്)

കുതിരേന കെട്ട്ന്നിളക്കുകയും
കുതിരപ്പുറം ചാടിക്കേറുകയും
തങ്ങളോടനുവാദവാക്കും ചൊല്ലി
പടയിടയിലെ കേളു പറക്കുന്നതാ.
ഓമനച്ചിറക്കലെ തമ്പുരാന്റെ
ആള്പ്പടയുവും നോക്കുന്നതാ
ആനപടയുവും നോക്കുന്നതാ
പടയിടയിലെ കേളു പറന്നോണ്ടിറ്റും
ആരാലും ആരാലും കിട്ടിയതില്ല
ആരാലും ആരാലും പിടിച്ചതില്ല.
കണ്ണൂരറക്കന്നിളകിയേ കുതിര
ഓമനച്ചിറയാലും പറന്നുകുതിര
കേളു വിളിച്ചു പറയുന്നതാ
തെക്കു പടിഞ്ഞാറ് കന്നിരാശിക്ക്
എന്റെ ഒന്നുകുറ മുന്നൂറ് ദൈവങ്ങളെ
ഞാനൊരു കുറ്റം പിഴച്ചില്ലല്ലോ
ഞാനൊരു കുറ്റം പറഞ്ഞതുമില്ല
ഞാൻ ചെയ്തതൊക്കെയും കുറ്റവെങ്കില്
എന്റെ നാട്വിട്ട് മരിച്ചോളട്ടെ
എന്റെ അപ്പൻ പറഞ്ഞവാക്ക് സത്തിയെങ്കില്
എന്റെ നാട്ടിലും തന്നെ മരിച്ചോളട്ടെ
തമ്പുരാന്റെ ആളകയ്യിലടങ്ങേരുത്
പടയാളറെ[174] വാളാലെ മരിക്കരുത്
സത്തിയംപോലെയങ്ങ് വന്നോളട്ടെ
ബന്ധപ്പെട്ടാളയങ്ങ് കാണുകവേണം
എന്നു പറയുകയും കൈതൊവ്വയും

വെള്ളക്കുതിര പറക്കുന്നതാ
വാളുംപരിചേം പിടിച്ചുകേളു
ഓമനച്ചിറക്കന്ന് പറന്നുകേളു
കളരിയാകളരീരെ വലത്തേവന്നു.

കളരിയാമോലോത്ത്[175] തിരുമുമ്പില്
പറക്കുമ്പം കേളു കയിയും തൊവുതു
വളപട്ടണം കടവ് പറന്നു കടന്നു

174. പടയാളികളുടെ
175. കളരിയാൽ ഭഗവതി (കളരിവാതുക്കൽ ഭഗവതി) ക്ഷേത്രത്തിൽ

നേരെ വടക്കോട്ട് പറന്നു കേളു
ചെറുകുന്നത്തമ്പലാലേ വന്നൂ കേളു
കൃഷ്ണനെ നന്നായി കൈവണങ്ങി
അമ്മേനീം[176] നന്നായ് നിനച്ചൂവല്ലോ
ആട്ന്നും തട്ടിപ്പറന്നൂ കേളു
വെള്ളക്കുതിരേരെ[177] പറക്കൽ കണ്ടാൽ
പാളിയൻ പടയ്ക്കങ്ങെടുത്തും കൂടാ
പാളിയൻ പടയ്ക്ക് കണ്ണ് പറ്റുന്നില്ല
കേളൂം[178] കുതിരയും പറക്കുന്നതാ
ഓമന താവത്തങ്ങെത്തുകയും
പുളിക്കാൻ കടവു പറക്കൂകയും
ചെങ്ങേലെ കൂലോത്തെ പോരുകയും
അവിടയൊക്കെ ലോഹ്യം പറയുന്നതാ
ചെങ്ങേലെ നാട്ടുകാരേ വീട്ടുകാരേ
ഇക്കണ്ട കാഴിച്ച[179] നമ്മളൊക്ക
എന്നും പറഞ്ഞു കുതിര പറക്കുന്നതാ
മോലോവും തട്ടും പുറം കേറുന്നാ
മാടായിപ്പാറ പൊടിത്തടത്തിൽ
കേക്കേനാം ഭാഗത്ത് പറക്കൂകയും
അടുത്തില നാടുവാഴുമുലകരോട്
നന്നായി കൈകൊടുത്ത് പറന്നോള്ന്ന്
വയലപ്രം ഭാഗം കടന്നങ്ങനെ
വളഞ്ഞു പറപ്പിച്ചു കുഞ്ഞിക്കേളു
കൈയങ്ങ് വലത്തത് കൊടുക്കുകയും
കണ്ടുള്ളെയാളോട് പറയുകയും
പാള്യൻ പടയാട്ന്ന് നിരന്നോള്ന്ന്
മാടായിപ്പാറയാലെവന്നവിട
പാള്യൻ പട വന്ന് നിരന്നാനേരം
മുരിക്കഞ്ചേരിക്കേളു കുഞ്ഞിക്കേളു
വയലപ്രം നാട്ടിലെ ആശാര്യളും
വെങ്ങരത്തറയുള്ളെ കോലയാമ്മാറും
നായര് നമ്പ്യാര് തീയമ്മാറും
മലയൻ പുലയനാ ചോന്നാമ്മാരും
എല്ലാരൊടനുവാദവാക്കും ചൊല്ലി
അമ്മേന നന്നായി കൈവണങ്ങി

176. അന്നപൂർണേശ്വരി അമ്മയേയും
177. കുതിരയുടെ
178. കേളുവും
179. കാഴ്ച

മാടായിക്കാവിൽ ഭഗവതിയമ്മേ
ഞാൻ നടന്നതൊരുസത്തിയക്കേടാണെങ്കിൽ
വയ്യിലും വീണു മരിച്ചോളട്ടെ
എന്റെ അപ്പൻ പറഞ്ഞത് സത്തിയെങ്കില്
എന്റെ നാട്ടില് തന്നെ മരിച്ചോളട്ടെ
എന്നു പറഞ്ഞു നിറുത്തുകയും
വടുകുന്ന് ചിറയേരെ കേക്കേ ഭാഗം[180]
വെള്ളക്കുതിരേന നിറുത്തുകയും
മാടായിക്കാവിൽ ഭഗവതിയമ്മ
നീരാടിയെ നീര് കുടിക്കുകയും
കുതിരക്കും നീര് കൊടുക്കുകയും
കാണുന്നങ്ങന്നേരം പടയാളറ്
തളന്നിറ്റ്[181] കേളുവാട നിന്നുപോയി
അവിടെയങ്ങിട്ടു തറിക്കുക വേണം
പാളിയൻ പടയല്ലെയിങ്ങ് പോരുന്നത്
വരുന്നത് കാണുന്ന കുഞ്ഞിക്കേളു
ഇരിപ്പും ചവിട്ടൊക്കെയുറപ്പിക്ക്ന്നാ
കുതിരപ്പുറം ചാടിക്കേറുന്നതാ

പാറിക്കടക്ക്ന്നാ കുതിരയങ്ങ്
മാടായിത്തറയാലെ കീയുകയും
മാടായി നാടുവാഴുമാളോടൊക്ക
കുതിരപ്പുറത്ത്ന്നനുവാദാക്കി
കണ്ട വാഴിച്ച നമ്മൾ തമ്മിൽ
ഞാൻ ചതുക്കിയുള്ളോരു ഭൂമീലൊക്ക
പിന്ന മറുഭൂമി നാട്ടിലൊക്ക
പേരും പെരുമയും കീർത്തികളും
വന്നു പുലത്തട്ടെ[182]യെന്നും ചൊല്ലി
കടലുംകരക്കെ പറപ്പിക്ക്ന്ന്
അയ്യിക്കുടുക്കില[183]ങ്ങെത്തുന്നേരം
മുമ്പോട്ടും വയ്യോട്ടും വാങ്ങിനിന്ന്
അയ്യും മുൻചാടിക്കടക്കുന്നതാ
അയ്യിക്കോട്ട് കടൽക്കരെ പറന്നങ്ങനെ
ചാലാട്ട് കരയും കടന്നങ്ങനെ
ഐക്കോട്ട് തറയാലെ പോകുന്നതാ

180. ചിറയുടെ കിഴക്കേ ഭാഗം
181. തളർന്നിട്ട്
182. പുലർത്തട്ടെ
183. സമുദ്രവും കായലും തൊട്ടുകിടക്കുന്ന ഇടുക്ക്

ചാലാട്ട് മണലും കഴിഞ്ഞങ്ങനെ
പയ്യമ്പലം കുന്ന് കേറുന്നേരം
മൂവടി കുതിരയങ്ങ് ചാടുന്നേരം
കുതിരയും കേളുവും വീഴുന്നതാ
നേരെ വലത്തങ്ങ് കേളു വീണു
അതിനുവിടത്ത് കുതിര വീണു
ഐക്കോട് തറയിൽ മരിച്ചവിട
പയ്യമ്പലമെന്നു പേരുവായി
മൂവടി ചവിട്ടിയതിന്റെ മദ്ധ്യത്തില്
മുരിക്കഞ്ചേരിക്കേളു കുഞ്ഞിക്കേളു
മറിയുമ്പം പേരാട വീണും പോയി
അന്നാള് വീണുള്ള കേളുവിന്റെ
ആളുവടയാളം നിലങ്ങള്വും
കാലം പതിറ്റാണ്ട് കയിഞ്ഞോണ്ടാലും
കുതിരേരീം കേളൂന്റിം[184] അടയാളങ്ങൾ
എന്നുവും കാണാമെന്ന് പറഞ്ഞങ്ങനെ
അവിടവെച്ച് കേളൂന്റെ വട്ടൊക്കയും
പയ്യമ്പലം കുന്നിന്റെ താഴ്വരിയിൽ
കേളൂന്റെ നാമവും കൂറ്റും പാട്ടും
അവിടന്ന് പൊങ്ങി വളന്നോളട്ടെ
പേരും പെരുമയും ഉള്ളയാള്
കേളൂന്റരികയങ്ങ് കൂടുകയും
അക്കാലോവുള്ളോരു പേർ പകർച്ച
ഇക്കാലോവ്ണ്ട് പേർ പകർച്ച.

184. കുതിരയുടേയും കേളുവിന്റേയും

പാട്ട് രണ്ട്

മുരിക്കഞ്ചേരി കേളുവിനെ സംബന്ധിച്ച് പ്രാചുര്യത്തിലുള്ള മറ്റൊരു പാട്ടുകഥയാണിത്. കാനാമീത്തലെ വീട്ടിൽ നാരായണിയമ്മ, കുന്നുമ്പുറത്ത് മാവിലവീട്ടിൽ പാർവ്വതിയമ്മ (വലിയചാൽ, കാങ്കോൽ) എന്നിവരിൽനിന്നും പാടിക്കേട്ടതാണ് ഈ പാട്ട്.

ചിറക്കക്കൂലോം വാണെ തമ്പുരാനോ
നാടുവാഴ്ചക്കായിയെഴുന്നള്ള്ന്ന്
നാടുവാഴ്ച തെണ്ടല് കഴിഞ്ഞോണ്ടിറ്റ്
തമ്പുരാൻ മടക്കം വരുന്നേരത്ത്
ആദിമുരിക്കഞ്ചേരി കുഞ്ഞിക്കേളു
ആദിതലപ്പുറം പാറേമ്മന്ന്
പാറയോട് മല്ലിട്ട് കളിക്ക്ന്ന് കുട്ടി
അന്നേരെ തമ്പുരാനരുളപ്പാട്
എന്റെ അച്യുതവാരിയ കണക്കെഴുത്താ
എന്ത്ന്നാപ്പാറമ്മേ[1] കാണ്ന്നതേ
അടിയൻതലയുടെ തമ്പുരാനേ
കുട്ടികളിക്കും കളിയാന്നല്ലോ
എന്നാലതിലൂടെ പൂവ നമ്മ[2]
പാറേല് ചെന്നല്ലെ കേറുന്നത്
നാടേട, വീടേട[3] കുട്ടിയോട്

---

1. പാറയുടെ മേൽ
2. പോകാം നമ്മൾ
3. നാടെവിടെ, വീടെവിടെ

ആദിമുരിക്കഞ്ചേരി കേളു ഞാനേ
നിന്റെ അച്ഛനുമമ്മയുമാരുമില്ലെ.

അന്നേരാക്കുട്ടി പറഞ്ഞോള്ന്ന്
അമ്മേനെനക്കൊട്ടുറിഞ്ഞോണ്ടൂടാ
അച്ഛൻ മരിച്ചുവെനക്കാക്ന്നേ
ആരുമങ്ങാളതങ്ങില്ലേനക്കേ
കണ്ടേടം കേറി കഴിയ്ന്ന് ഞാൻ
എന്നാലോ ഞാങ്ങളൂട[4] പോരീ നീയേ

ആ വാക്ക് കേട്ടോരു കുഞ്ഞിക്കേളു
എടുത്തോരു കല്ലാടയിട്ടേക്ക്ന്ന്
കണക്കൻ കയിപിടിച്ച് കേറ്റി പല്ലക്കിൽ
തമ്പുരാനും പല്ലങ്കീം പോക്ന്ണ്ട്
ചെറിയ ചിറക്കലങ്ങെത്ത്യവര്
കൂലോത്ത് തന്ന്യേല്ലെ വന്നോള്ന്ന്
തലപ്പെണ്ണേൽ പാതി[5] കൊടുത്തുംകൊണ്ടേ
കിണ്ടീല് പാല് കൊടുത്തുംകൊണ്ട്
അങ്ങനെ കുട്ടി വളര്ന്നാട
പാക്കെടുക്കുംകാലം പാക്കെടുപ്പിച്ചു
തോക്കെടുക്കുംകാലം തോക്കെടുപ്പിച്ചു
പിന്ന്യോരു മുന്നായി തെണ്ടല് കൊടുത്തു
അങ്ങനെ കേളു വളന്നുവിട
അന്നേരെ തമ്പുരാനരുളപ്പാട്
എന്റെ അച്യുതവാരിയാ കണക്കെഴുത്താ
കേളൂനൊരു കോട്ട കൊടുക്കവേണം
കോട്ടിട്ട്[6] കോട്ടേലിരുന്നോളട്ടെ
ഏതൊരു കോട്ട കൊടുക്കും നമ്മ
കണ്ണൂല് കോട്ട കൊടുത്തോണ്ടൂട
തലശ്ശേരിക്കോട്ട കൊടുത്തോണ്ടൂട
കണ്ണൂല് പുതിയകോട്ട ബംഗ്ളാവില്ലെ
ആടയും കേളൂന ലാക്കിക്കൂടാ.
ആരും സഖിയില്ല കേളുവിന്ന്
മാടായിയെന്നൊരു കോട്ടയിണ്ടല്ലോ[7]
മാടായിക്കോട്ടേലിരിക്കട്ടല്ലെ.

4. ഞങ്ങളുടെ കൂടെ
5. തലയിൽ തേക്കുവാനുള്ള എണ്ണയിൽ പകുതി
6. കോട്ടയിട്ട് (കോട്ട പണിത്)
7. ഉണ്ടല്ലോ

നായ്മ്മാറും തമ്പുരാനും പല്ലക്കോടെ
കേളൂനീം കൂട്ടി പുറപ്പെട്ട്ന്ന്
മാടായിയെന്നോരു കോട്ടേലെത്തി
കോട്ട തുറന്ന് വിളക്കു വെച്ചു
നാഴിയും താക്കോലെടുക്ക്ന്ന്ണ്ട്
കേളൂന്റെ കൈമ്മ കൊടുത്തു തമ്പുരാൻ
ചെറക്കല് കുടുംബം വളരുംപോലെ
നീയതീക്കോട്ടേല് വളന്നോ കേളു
തമ്പുരാനും പല്ലക്കും പോകുന്നല്ലോ.

കാലം പതിറ്റാണ്ടിലേറെയായി
തമ്പുരാനും തമ്പാട്ട്യേഴുന്നള്ളില്ലല്ലോ
ഏതും പിഴച്ചില്ല കുഞ്ഞിക്കേളു
കേളുവവിട മതിക്കാറായി
തമ്പുരാന വിലയില്ല കേളുവിനി[8]
വന്നവരോട് പറയാറായി
നിച്ചലും നിച്ചലുവങ്ങേളിക്കൊണ്ടാല്[9]
എങ്ങനെ കോട്ടച്ചിലവഴിക്കേണ്ട്[10]
വെങ്ങരയില്ലോരുലച്ചന്മാരും[11]
അടുത്തിലയില്ലോരു കോലയാറും[12]
പത്തുള്ളോരഞ്ചെനക്ക് തന്നോണ്ടിറ്റ്[13]
അങ്ങനെ കോട്ടച്ചിലവ് കൈക്ക്ന്ന്[14]
നായിയും താക്കോലും വെച്ചോണ്ടിറ്റ്
മാടായിയെന്നൊരു കോട്ടയിന്ന്
പോയിക്കൊണ്ടാലോ മതിയെനക്ക്.

കേളു പറഞ്ഞോരു വാക്കാക്ന്ന്
കാറ്റുപോലരവാക്കറിഞ്ഞു തമ്പുരാൻ
അച്ചുതവാരിയാ കണക്കെഴുത്താ
മുരിക്കഞ്ചേര്യോമന കുഞ്ഞിക്കേളു
കേളുവും കോട്ടയില് മതിച്ചുപോയി
എന്റെ നായിയും താക്കോലും വെച്ചോളട്ടെ
കോട്ടേന്ന് കീയട്ട് കേളുവാന്നേ.

---

8. കേളുവിന്ന്
9. എഴുന്നള്ളിക്കൊണ്ടാൽ
10. ചെലവ് കഴിക്കേണ്ടത്
11. ഉള്ളോരു അച്ചന്മാരും (നായന്മാരിൽ പ്രമാണികൾ)
12. കോലയാന്മാരും (മണിയാണി എന്ന വിഭാഗത്തിൽപ്പെട്ടവർ)
13. തന്നുകൊണ്ടിട്ട്
14. കഴിക്കുന്നു

തമ്പുരാൻ പറയും വാക്കറിഞ്ഞുകേളു
ചിറക്കകൂലോംവാണെ തമ്പുരാനോ
തൃക്കൈവിളയാടി തന്ന താക്കോല്
തൃക്കൈവിളയാടി വാങ്ങവേണം
മാറ്റാനി ഞാനും കൊടുക്കയില്ല.
കേളു പറഞ്ഞതറഞ്ഞ്യല്ലോറ്
ഏതുമൊരുവകവെച്ചിട്ടില്ല.

അങ്ങനവിടത്താൽ നിക്കും[15] കാലം
ചേറ്റ്വായ്ക്കരിമ്പനാട്ട് പെറ്റമ്മക്ക്
രണ്ടോളം ആൺമക്കളാന്നമ്മക്ക്
ചേറ്റുവായ്ക്കരിമ്പനാട്ട് കുഞ്ഞിക്കണ്ണൻ
അറക്ക പണിയത് കണ്ണനിയല്ലെ
അമ്മേന[16]ക്കാണാൻ വരവൂമ്ണ്ട്[17]
ചേറ്റുവായ് കരിമ്പനാട്ട് പെറ്റമ്മേരെ[18]
അറയും മുറിയും നിറഞ്ഞുവര്ന്ന്[19]
നേരൊമൊട്ടത്തമുദിക്കുന്നേരം
അമ്മേന കാണാനായ് വന്നു കണ്ണൻ
കണ്ണനും കോരനുമമ്മ കൂട
മൂവരുമൂണ് കഴിഞ്ഞോണ്ടിറ്റ്
വടക്കിനാടച്ചമ്മ ചിപ്പോമിട്ട്
പാച്ചക്കുരിയ[20] മടിയടപ്പം[21]
ചങ്ങലവട്ട തിരിയുമായി
മക്കള് കട്ട്മ്മിരിക്കുന്നേരം
അപ്യാ[22]നടുവിലിരുന്നാല്ലമ്മ
വെറ്റില തിന്ന്ന് പെറ്റോരമ്മ
അന്നേരെ കോരൻ പറയ്ന്ണ്ട്
ചേറ്റ് വായ് കരിമ്പനാട്ട് പെറ്റോരമ്മേ
ഏട്ടനറക്കക്ക്[23] പോയേപ്പിന്ന
അറയും മുറിയും നിറച്ചില്ലമ്മ
കോരീറ്റും വാരീറ്റും കൊണ്ട്വരുന്ന്

15. നില്ക്കും
16. അമ്മയെ
17, വരവും ഉണ്ട്
18. പെറ്റ അമ്മയുടെ
19. അസ്തമിക്കുമ്പോൾ
20. കൈതോല കൊണ്ടും മറ്റും നിർമ്മിക്കുന്ന സഞ്ചി
21 ചുണ്ണാമ്പുപാത്രം
22. അവർ
23. അറയ്ക്കലേക്ക്

അന്നേരെയമ്മ പറഞ്ഞോള്ന്ന്
തെണ്ടി തളന്നെ[24] തറവാടല്ലെ
ചേറ്റുവായ് കരിമ്പനാട്ടെ നമ്മളെ വീട്
എന്തൊരുപറച്ചല് പറയ്ന്നേമോനേ
അങ്ങനെയല്ല പറഞ്ഞതമ്മേ
തെണ്ടിത്തളര്ന്ന് ഞാനാക്ന്ന്
ഏട്ടനി സ്ഥാനോമുറച്ചില്ലാട
ഏട്ടനി ചോറാതുറച്ചില്ലാട
എനക്കോരു സ്ഥാനോ മുറച്ചില്ലല്ലോ
എനക്കോരു ചോറതുറച്ചില്ലല്ലോ.

അന്നേരത്തൊന്നു പറഞ്ഞു കണ്ണൻ
ചേറ്റുവായ് കരിമ്പനാട്ട് പൊന്നനുജാ
നമ്മള് രണ്ടാളില്ലില്ലൂവീട[25]
നീയതൊഴിഞ്ഞീട്ന്ന്[26] പോയ്ക്കോണ്ടാല്
ആരി[27] സഖിയിണ്ട് പെറ്റമ്മയ്ക്ക്
നിന്റെ മുതലന്നീട്ള്ളതെല്ലാം[28]
ഇന്നത്തെ കാരിയം പറഞ്ഞില്ലാ ഞാൻ
നാളയും നാള കയിഞ്ഞോണ്ടാല്
സ്ഥാനവും രണ്ടന്നെ[29] വേണെന്റേട്ടാ
ചോറുവും[30] രണ്ടായി കാണണെന്റേട്ടാ
ഒക്കല്ലോ കോരൻ പറഞ്ഞ വാക്ക്
എന്നാലും കേക്കണേ[31] നീയേ കോരാ
നേരമതീട[32] പുലരുന്നേരം
ഏഴ് ചെറു ചെല്ലം പൊന്നെടുത്തോ
പട്ട് തരിക[33]യായികൂട്ടിക്കോ നീ
ചെറിയ ചിറക്കേക്ക് പോവേ വേണ്ടു
പടിപ്പുരേല് കായിച്ച[34] വെക്ക വേണേ

---

24. തളർന്ന
25. രണ്ടാളല്ലേ ഉള്ളൂ ഇവിടെ
26. ഇവിടെനിന്ന്
27. ആര്
28. മുതലുതന്നെ ഇവിടെ ഉള്ളതെല്ലാം
29. രണ്ടുതന്നെ
30. ചോറും
31. കേൾക്കുക വേണേ
32. ഇവിടെ
33. തെരിക (തിരിവളയം) തലയിൽ ഭാരം ചുമക്കുമ്പോഴും പാത്രങ്ങൾ നിലത്തു വയ്ക്കുമ്പോഴും തെരിക (വട്ടത്തിൽ കെട്ടിയുണ്ടാക്കിയ വസ്തു) ഉപയോഗിക്കും.
34. കാഴ്ച

തമ്പുരാനന്നേരം ചോതിക്കല്ലോ
ചേറ്റ് വായ്കരിമ്പനാട്ട് കുഞ്ഞിക്കോരാ
എന്തിനായിറ്റീകായിച്ച വെച്ചതേനക്ക്[35]
അടിയൻ തലയുടെ തമ്പുരാനേ
തെണ്ടലുമില്ല തുരമില്ലല്ലോ
അടിയനോരു[36] കോട്ട തരുവവേണം
അന്നേരെ തമ്പുരാൻ ചോതിക്കല്ലോ
ഏതൊരു കോട്ട തരണ്ടതെന്ന്[37]
അന്നേരം നീയും പറയണേ കോരാ
അടിയനൊരു കോട്ട തരുന്നെതല്ലെ
മാടായിയെന്നൊരു കോട്ട വേണം
അന്നേരം തമ്പുരാൻ പറയേലില്ലു[38]
മുരിക്കഞ്ചേരിയോമന കുഞ്ഞിക്കേളു
കേളുവോൻ കോട്ടേല് വാണിരിക്ക്ന്ന്
എങ്ങനെ കേളുവോൻ കീയലത്[39]
മാറ്റീറ്റ് കോട്ട നീ വാങ്ങ വേണ്ട.

അന്നന്തിയങ്ങനെ പുലന്ന്വവിട[40]
കണ്ണൻ പുലച്ചക്കേ[41] പോക്ന്ന്ണ്ട്
നേരം വെളുത്ത് വെളിവന്നപ്പം[42]
ഏട്ടൻ പറഞ്ഞതങ്ങോർത്തും കൊണ്ട്
അതുപോലൊരുങ്ങീറ്റ് കീഞ്ഞു കോരൻ
അമ്മയോട് യാത്ര പറയുന്നേരം
അമ്മ മകനെയനുഗ്രഹിച്ചു
നീ പോയ കാരിയം ജയം തന്ന്യാന്നെ[43]
നീ പോയ കാരിയം മുടങ്ങ്വയില്ലാ
പൊന്നുമെടുത്തല്ലെ പോക്ന്നോന്.

ചെറിയ ചിറക്കേക്ക് വന്നോള്ന്ന്
പടിപ്പുര കേറിയാട[44] പൊന്നുവെച്ചു

---

35. എനിക്ക് (വെച്ചത് + എനിക്ക്)
36. അടിയന് + ഒരു
37. തരിക വേണ്ടതെന്ന്
38. പറയുകയല്ലേയുള്ളു
39. പുറപ്പെടൽ
40. പുലർന്നു അവിടെ
41. പുലർച്ചയ്ക്കേ
42. വെളിവന്നപ്പോൾ
43. തന്നെയാണെ
44. കയറി അവിടെ

ആടയൊരുത്തീലി[45]രിക്കുന്നേരം
കണ്ണാലെ കാണ്ന്ന് തമ്പുരാനോ
മാളിയ കീഞ്ഞല്ലെ വന്നോള്ന്ന്
കോരന്റരികത്ത് ചെന്നബല്ലോറ്[46]
എന്റെ ചേറ്റ്വായ്ക്കരിമ്പനാട്ട് കുഞ്ഞിക്കോരാ
എന്തിനായി കായിച്ച വെച്ചതെനക്ക്
അന്നേരെ കോരൻ പറഞ്ഞോള്ന്ന്
അടിയൻ തലയുടെ തമ്പുരാനേ
മറ്റേതുമല്ലല്ലോ കായ്ച്ച വെച്ചത്
തെണ്ടലുമില്ല തുരമില്ലാതെ
നടന്ന് വലയ്ന്നടിയനല്ലെ
അടിയനിരിപ്പിടം വേണെന്നിറ്റ്[47]
ഞാനതീക്കൂലോത്തിനി[48] വന്നതാന്ന്[49]
അടിയനൊരു കോട്ടയും തന്നേക്കണേ
അന്നേരെ തമ്പുരാനരുളപ്പാട്
ഏതൊരു കോട്ട തരണ്ട് നിനിക്ക്[50]
കണ്ണൂല് കോട്ടതന്നെ തന്നേക്കാലോ[51]
കണ്ണൂൽ പുതിയ കോട്ട ബങ്ക്ളാവ്ണ്ട്
കോട്ടേലതും നീയത് നിക്ക്ന്നോ കോരാ
അടിയനി കണ്ണൂല് വേണ്ടേ വേണ്ടാ
അടിയനൊരു കോട്ട തര്ന്നെന്നാല്
മാടായിയെന്നൊരു കോട്ടവേണം
അന്നേരേ തമ്പുരാനരുളപ്പാട്
മുരിക്കഞ്ചേരിയോമന കുഞ്ഞിക്കേളു
കോട്ടേല് വാണിട്ടിരുത്തോമല്ലേ
എന്നാലോ നമ്മക്ക്[52] നോക്ക കോരാ
ഓൻ വെച്ച കായിച്ചയെടുത്ത്ബല്ലോറ്.

തമ്പുരാൻ പല്ലക്കിലേള്ന്ന്ണ്ട്[53]
തമ്പാട്ടീം പല്ലക്കിലേള്ന്ന്ല്ലോ

---

45. ഒരു ദിക്കിൽ
46. ചെന്നുവല്ലോ ഓറ് (അവർ - ബഹുമാനസൂചകം)
47. വെണമെന്നിട്ട്
48. കോവിലകത്തേക്ക്
49. വന്നതാണ്
50. നിനക്ക്
51. തന്നുകൊള്ളാലോ
52. നമുക്ക്
53. എഴുന്നള്ളുന്നുണ്ട്

നായ്മ്മാറും കണക്കനും[54] കോരൻ കൂട
മാടായിക്കോട്ടക്കെഴുന്നെള്ള്ന്ന്
കോട്ടപ്പുറം ചെന്ന് കീഞ്ഞെല്ലാരും
തമ്പുരാൻ കോട്ടേല് കേറുന്നല്ലോ
കോട്ടേലവിടയും വാണിരിക്കുന്ന
കേളുവോൻ[55] കണ്ണാലെ കണ്ടനേരം
അരിശം ചൊടിക്കുന്നാ കേളുവിനി
അന്നേരെ തമ്പുരാനരുളപ്പാട്
എന്റെ നായിയും[56] താക്കോല് വെക്കേ കേളു
കോട്ടേന്ന് നീയത് കീയേവേണ്ടു
തൃക്കൈ വിളയാടി തന്ന താക്കോല്
തൃക്കൈ വിളയാടി വാങ്ങവേണേ.

അതുതാനെ കേട്ടോരു തമ്പുരാനോ
തൃക്കൈ വിളയാടി വാങ്ങ്ന്ന്ണ്ട്
കോരൻ കയിമ്മ്[57] ക്കൊടുക്ക്ന്നുണ്ട്
അതുതാനെ കണ്ടോരു കുഞ്ഞിക്കേളു
തമ്പുരാൻ വെച്ചോരു പലിശ[58] യല്ലേ
എടവാളും പലിശ ചവിട്ട്ന്ന്ണ്ട്
ചവിട്ടിക്കമിക്ക്ന്ന്[59] കേളുവല്ലേ
അന്നേരെ തമ്പുരാനരുളപ്പാട്

ആതി മുരിക്കഞ്ചേരി കുഞ്ഞിക്കേളു
എന്റെ പലിശ ചവിട്ടിക്കമിച്ചതെന്തേ
പലിശ ചവിട്ടക്കമിച്ചപോലെ
ഈ നാടും കലക്കി ഞാൻ വെക്കേല്ലില്ലു[60]

കേളുവോൻ കോട്ടേന്ന്[61] കീഞ്ഞോള്ന്ന്
മാടായിന്ന്[62] കേളുവൊയിഞ്ഞു[63] പോയി

54. കണക്കെഴുത്തൻ
55. കേളു + അവൻ
56. നാഴിയും (നാഴി, താക്കോൽ എന്നിവ ചുമതലയുടെ അടയാളമാണ്)
57. കോരന്റെ കൈയിൽ
58. പരിച
59. കമിഴ്ത്തുന്നു
60. വെക്കുകയല്ലേയുള്ളൂ
61. കോട്ടയിൽനിന്ന്
62. മാടായിയിൽനിന്ന്
63. ഒഴിഞ്ഞു

കോരനോൻ കോട്ട പിടിക്ക്ന്ന്ണ്ട്
തമ്പുരാനും പല്ലക്കും പോന്നാട്ന്ന്
മുരിക്കഞ്ചേര്യോമന കേളുവിനി
നാടില്ല വീടില്ല കേളുവിനി
ദിക്കില്ല ദേശോല്ല[64] കേളുവിനി
ആളില്ലാറത്തില്ല[65] കേളുവിനി
കണ്ടേടം കേളുവോൻ കേറാറായി
നാട്ടിലനർത്തം[66] വരുത്താറായി

ഉചിതില്ലെ നായറ[67] വിളിക്കാറായി
കേളുവോൻ പാളിയായി[68] കീയാറായി
നാട്ടിൽ പരതോമേ[69] കേളിയാക്ന്ന്
മുരിക്കഞ്ചേരിക്കേളും പാളിയോ[70] മുണ്ടേ

64. ദേശമില്ല
65. അർത്ഥമില്ല
66. അനർത്ഥം
67. ഉചിതമുള്ള നായരെ
68. പാളയംപട
69. പരസ്യമായി
70. കേളുവും പാളയവും

പാട്ട് മൂന്ന്

എടച്ചിരിയൻ കരിഞ്ചി, ഓരിമുറിയൻ നാരായണി എന്നിവരിൽനിന്ന് ശബ്ദലേഖനം ചെയ്തെടുത്ത ഒരു പാട്ടാണ് ഇവിടെ ചേർക്കുന്നത്. മുരിക്കഞ്ചേരി കേളുവിനെ സംബന്ധിച്ച് പ്രചരിച്ചിട്ടുള്ള വീരാപദാനങ്ങളിൽ പാഠഭേദമുണ്ടെന്ന് ഈ പാട്ടിൽനിന്നും വ്യക്തമാകും.

ഓമന മുരിക്കഞ്ചേരി കുഞ്ഞിക്കേളു
അയിക്കോട്ടോ[1]മന പടിക്കൊട്ട്ന്ന്
നാല്പത് കുട്ട്യളെഴുതിക്കുമ്പം
ഓമനച്ചിറക്കലെ തമ്പുരാനും
ഇരുപത്തിരണ്ടോളം നായിമ്മാറും
പള്ളിത്തണ്ടേല്[2] പിടിച്ചവര്
നാട് വലംവെച്ചെഴുന്നള്ള്ന്ന്
അപ്പളെ കലുപ്പന തമ്പുരാന്
ഇരുപത്തിരണ്ടെന്റെ നായിമ്മാറേ
എന്തോരു കൂറ്റോശ[3] കേക്ക്ന്നത്[4]
നഗരത്ത് ചോനവരെ ചീനിക്കൂറ്റോ
ചോലയിൽ പനംകിളികൂവ്വോചെയ്ന്ന്
അപ്പോൾ പറഞ്ഞുവല്ലോ നായിമ്മാറ്

---

1. അഴീക്കോട്ട്
2. പല്ലക്കിൽ
3. തുല്യാർത്ഥമുള്ള പദങ്ങളുടെ ആവർത്തനം (കൂറ്റ്, ഓശ എന്നിവയ്ക്ക് ശബ്ദം എന്നർത്ഥം)
4. കേൾക്കുന്നത്

പിരാവല്ലേ[5] പിരാവല്ലേ തമ്പുരാനേ
അയിക്കോട് മുരിക്കഞ്ചേരി കുഞ്ഞിക്കേളു
അയിക്കോട് കേക്കൻ[6] പടിപ്പുരേന്ന്[7]
നാല്പത് കുട്ട്യള്[8] പഠിപ്പിക്ക്ന്ന്
കുട്ട്യളെ കൂറ്റോശ കേക്കോ[9] ചെയ്ന്ന്

തമ്പുരാനും നായ്മ്മാറെഴുന്നള്ളുമ്പം
അയിക്കോട്ട് മുരിക്കഞ്ചേരി കുഞ്ഞിക്കേളു
കേളുവും കുട്ട്യളും കീഞ്ഞോള്ന്ന്
കേളൂന[10] കണ്ടുള്ളെ തമ്പുരാന്
കേളൂന്റരികന്ന്[11] പോരുന്നേരം
മട്ടലടിച്ചേള പാറുംപോലെ[12]
കുട്ട്യളങ്ങൊക്കനീം[13] പാഞ്ഞേക്ക്ന്ന്
വെള്ളം പോയ് കല്ലാടോയിഞ്ഞ[14]പോലെ
കേളുവാട നിന്നേടോയിഞ്ഞുംപോയി
തമ്പുരാനരികത്തങ്ങെത്തുന്നേരം
ഓമന മുരിക്കഞ്ചേരി കുഞ്ഞിക്കേളു
അടിക്കും മുടിക്കും തിരുമേനിക്കും
ഏറവണക്കമായി തൊഴുതു കേളു
അന്നേരം തമ്പുരാൻ പറഞ്ഞോള്ന്ന്
ഇരുപത്ത്രണ്ടെന്റെ നായിമ്മാറേ
ആളാലും തൊപ്പൻ[15] ചെറുപ്പത്തേറെ
ആചാരം തൊപ്പൻ വലുപ്പോമുണ്ട്
എന്നല്ലെ തമ്പുരാൻ പറഞ്ഞോള്ന്ന്
കേളൂന്റരികെനെ വന്നു തമ്പുരാൻ
അന്നേരം കേളുവോട് ചോതിക്ക്ന്ന്
എന്റോമന മുരിക്കഞ്ചേരി കുഞ്ഞിക്കേളു
നിന്റമ്മേരെ[16] പേർവിളി കേട്ടോളട്ടേ

---

5. പിരകുക (നാവുകൊണ്ട് ദോഷം പറയുക)
6. കിഴക്കൻ
7. പടിപ്പുരയിൽനിന്ന്
8. കുട്ടികളെ
9. കേൾക്കുകയോ
10. കേളുവിനെ
11. കേളുവിന്റെ അരികെ നിന്ന്
12. തെങ്ങിന്റെ മട്ടൽ (മടൽ) കൊണ്ട് അടിച്ചു ശബ്ദമുണ്ടാക്കുമ്പോൾ പക്ഷികൾ (ഏള) പാറുന്നതുപോലെ
13. കുട്ടികൾ ഒക്കെയും
14. കല്ല് അവിടെ ഒഴിഞ്ഞതു
15. വളരെ
16. നിന്റെ അമ്മയുടെ

അന്നേരം കേളു പറഞ്ഞോള്ന്ന്
എന്റമ്മേരെ പേർവിളിയാന്ന് തമ്പുരാനേ
അയിക്കോട്ട് മുരിക്കഞ്ചേരി ചെറിയക്കുട്ടി
എന്നല്ലേ കേളു പറഞ്ഞോള്ന്ന്
പിന്നയും തമ്പുരാൻ ചോതിക്ക്ന്ന്
ഓമന മുരിക്കഞ്ചേരി കുഞ്ഞിക്കേളു
കൂലോത്ത് തെണ്ടക്ക് നിക്ക്വോ[17] കേളു
അന്നേരം കേളു പറഞ്ഞോള്ന്ന്
തിരുവുള്ളുണ്ടാകണെ തമ്പുരാനേ
തിരുവുള്ളക്കേടെന്തടിയന്ക്ക്
അയ്ക്കോട്ട് വീട്ടിലെ പെറ്റമ്മക്ക്
ആണായിട്ടൊരുത്തനും ഞാനേല്ള്ളൂ[18]
പെണ്ണായിട്ടൊരുത്തനും ഞാനേല്ള്ളു
അന്നേരം തമ്പ്രാനും പറഞ്ഞോള്ന്ന്
എന്റോമന മുരിക്കഞ്ചേരി കുഞ്ഞിക്കേളു
പെണ്ണായാൽ ബന്ധൂന്റെ[19] ചോറുണ്ണണം
ആണായാ മുന്നായി തെണ്ട്യൂണ്ണേണം
കൂലോത്ത് തെണ്ടക്ക് നിന്നോണ്ടാല്
അമ്മക്കങ്ങേതും കുറവില്ലല്ലോ
എന്നല്ലെ തമ്പുരാൻ പറഞ്ഞോള്ന്ന്
കേളൂനീം കൂട്ട്യല്ലെ[20] പോരുന്നത്
അയിക്കോട്ട് വീട്ടിലും വന്നോള്ന്ന്.

തമ്പുരാന്റീം ആളീം[21] വരവ് കണ്ടേരം[22]
അയീക്കോട്ട് ചെറിയ ചെറിയക്കുട്ടി
പടക്കൊട്ടിൽ വന്നാട നിന്നോള്ന്ന്
എപ്പോളും കേളു വരുന്നേരത്ത്
കേളുവൊരുത്തനല്ലെ വരുവാറുള്ളു
തമ്പുരാന്റീം ആളീം വരവ് കാണ്ന്ന്.

തമ്പുരാന്റീം ആളീം വരവ് കണ്ട്
ഇരിക്കാൻ കൊടുത്തു ചെറിയക്കുട്ടി
ഇരിപ്പിലിരിക്ക്ന്ന് തമ്പുരാന്

---

17. കോവിലകത്ത് നടന്നു പിരിക്കുവാൻ നില്ക്കുമോ
18. ഞാനല്ലേയുള്ളു
19. ബന്ധുവിന്റെ (ഭർത്താവിന്റെ)
20. കേളുവിനെയും കൂട്ടിയല്ലേ
21. തമ്പുരാന്റെയും ആളുടെയും
22. കണ്ടനേരം

അപ്പളെ ചോതിച്ചു തമ്പുരാന്
എന്റയിക്കോട്ട് ചെറിയ ചെറിയക്കുട്ടി
ഓമന മുരിക്കഞ്ചേരി കുഞ്ഞിക്കേളു
കൂലോത്ത് തെണ്ടക്കയക്കണല്ലോ
അന്നേരം പറഞ്ഞു ചെറിയക്കുട്ടി
ഓമനച്ചിറക്കലെന്റെ തമ്പുരാനേ
ആണായിറ്റും കേളുവൊരുത്തനേലില്ലു[23]
പെണ്ണായിറ്റും കേളുവൊരുത്തനേലില്ലു
എങ്ങനെ കേളൂനായച്ചോളണ്ട്[24]

അന്നേരം തമ്പുരാൻ പറഞ്ഞോള്ന്ന്
ആണായാ മുന്നായി തെണ്ടിയുണ്ണേണം
പെണ്ണായാ ബന്ധൂന്റെ ചോറുണ്ണേണം
എന്നാലും അമ്മക്ക് കിട്ടൂല്ലല്ലോ
ആ വാക്ക് കേട്ടുള്ളെ കുഞ്ഞിക്കേളു
കഞ്ഞി കുടിക്ക്ന്ന് കേളുവാന്ന്
കേളൂന്റെ ചമയം ചമഞ്ഞോള്ന്ന്
തമ്പുരാന്റെ കൂടയല്ലെ പോകുന്നത്
ഓമനചിറക്കലും പോയി കേളു.

അങ്ങനെ ചിറക്കലാട നിന്നോള്ന്ന്
കാലം പതിമൂവ്വാണ്ടേക്കാലം കയിഞ്ഞു
അന്നേരം തമ്പുരാൻ കലിപ്പിക്ക്ന്ന്
എന്റോമന മുരിക്കഞ്ചേരി കുഞ്ഞിക്കേളു
നാട് പതിനെട്ട് നാട്ണ്ടല്ലോ
കോട്ടപതിനേഴ് കോട്ടയ്ണ്ട്
ഏതൊരു നാടാന്ന്[25] പിടിക്ക്ന്ന് കേളു
കപ്പത്ത്[26] കോട്ടേലിരിക്കോ കേളു
കാനായി[27]ക്കോട്ടേലിരിക്കോകേളു
അതിനൊരു പകരം[28] പറഞ്ഞതില്ല
വളപട്ടണത്ത് കോട്ടേലിരിക്കോ കേളു
അതിനൊരു പകരം പറഞ്ഞതില്ല
കണ്ണൂല് കോട്ടേലിരിക്കോ കേളു

23. ഒരുത്തനല്ലേയുള്ളു
24. കേളുവിനെ അയച്ചുകൊള്ളേണ്ടത്
25. നാടാണ്
26. തളിപ്പറമ്പിനു സമീപമുള്ള പ്രദേശം
27. മാതമംഗലത്തിനു സമീപമുള്ള പ്രദേശം
28. മറുപടി (ഉത്തരം)

അതിനും പകരം പറയുന്നില്ല
ഓമനച്ചിറക്കല് വന്നോണ്ടിറ്റ്
പതിനെട്ട് ക്ഷേത്തറം[29] പണി തീറുന്നു.[30]
മാടായ്ത്തറയിലിരിക്കോ കേളു
മാടായിക്കോട്ടയെടുക്കോ കേളു
അതിനൊരനുവാദം മൂളി കേളു.

ആ വാക്ക് കേട്ടുള്ള തമ്പുരാന്
മുമ്മൊളം മുണ്ട് മുറിച്ചോള്ന്ന്
മുന്നായ്യരി[31]യളന്നു തമ്പുരാന്
മുന്നായ്യരി വാങ്ങി മുണ്ടിൽക്കെട്ടി
തെണ്ടത്തമായിട്ടും കീഞ്ഞു കേളു
വളപട്ടണത്ത് കടവും കടന്നുകേറി
ചെറുകുന്നത്തമ്പലത്തില് വന്നു കേളു
ഉച്ചക്കേത്തൂട്ടിനു സമയോമായി
കുളിച്ചിറ്റങ്ങൂണ് കഴിച്ചു കേളു
ചെറുകുന്നത്തമ്പലത്ത്ന്നും കീഞ്ഞുകേളു
വേഗം കയല വൈ[32] പോരുന്ന്ണ്ട്
പയങ്ങാടിക്കടവും കടന്നു കേളു.

പിന്നീം പറഞ്ഞ്വല്ലോ[33] കുഞ്ഞിക്കേളു
പയങ്ങാടിതറയിലില്ലെ[34] മാപ്പിളാറേ
ഏടയടങ്ങും വകയാക്ന്ന്
പയങ്ങാടി തറയെന്ന നാടാക്ന്ന്
അന്നേരം മാപ്പ്ളാറ്[35] പറഞ്ഞോള്ന്ന്
ഓമനച്ചിറക്കലടങ്ങും വക
കുറഞ്ഞോരു കാലമങ്ങായിപ്പോയി
ഓമനച്ചിറക്കലടക്കലില്ല
ഞങ്ങീം[36] ബലത്താലെ നടപ്പല്ലാന്ന്
ആ വാക്ക് കേട്ടുള്ളെ കുഞ്ഞിക്കേളു
പയങ്ങാടിത്തറയിലെ മാപ്പിളാറോട്

---

29. ക്ഷേത്രം
30. തീർന്നു
31. മുന്നാഴിയരി
32. കാൽച്ചുവട്വഴി
33. പിന്നെയും പറഞ്ഞുവല്ലോ
34. പഴയങ്ങാടി തറയിലുള്ള
35. മാപ്പിളമാർ
36. ഞങ്ങളും

തൊപ്പിയെണ്ണി പത്പ്പത്ത് പണം വാങ്ങ്ന്ന്
പയങ്ങാടി നാടും പിടിച്ചു കേളു
ചെങ്ങത്തടത്തിലെ വൈപോകുമ്പം[37]
ചെങ്ങത്തടത്തിലെ തീയറോട്
കേളുവും തന്ന്യല്ലെ ചോതിക്ക്ന്ന്
ചെങ്ങത്തടത്തിലെ തീയറേ നിങ്ങ
എവിടെയടങ്ങും വകയാക്ന്ന്
അന്നേരാവര് പറഞ്ഞോള്ന്ന്
ഓമനച്ചിറക്കലടങ്ങുംവക
കുറഞ്ഞോരു കാലമങ്ങായിപ്പോയി
ഓമനച്ചിറക്കലടക്കലില്ല
ഞങ്ങീം ബലത്താല് നടത്തല്ലാന്ന്
ആ വാക്ക് കേട്ടുള്ളെ കുഞ്ഞിക്കേളു
ചെങ്ങത്തടത്തിലെ തീയറോട്
കത്തിയെണ്ണി[38] പത്പ്പത്ത് പണം വാങ്ങ്ന്ന്
ആട്ന്നും[39] പോരുന്ന് കുഞ്ഞിക്കേളു
മാടായിതറയിറ്റിലെ വന്നോള്ന്ന്
എട്ടിളം[40] മുട്ടം പുതിയങ്ങാടി
ഒക്കനെ[41] കേളു നടക്ക്ന്ണ്ട്.

പുതിയങ്ങാടിയില്ലോര് മാപ്പിളാറെ[42]
തൊപ്പ്യെണ്ണി[43] പത്പ്പത്ത് പണം വാങ്ങ്ന്ന്
നാടൊക്കെ കേളു പിടിച്ചുവല്ലോ
വെങ്ങരതറയിറ്റെ പോയികേളു
അന്നേരം കേളുവല്ലെ ചോതിക്ക്ന്ന്
വെങ്ങരത്തറയിലെ കോല്യമ്മാറേ[44]
വെങ്ങരത്തറയെന്ന നാടാക്ന്ന്
ഏടയടങ്ങും വകയാക്ന്ന്
അപ്പോപ്പറയ്ന്ന് കോലയാമ്മാറ്
ഓമനച്ചിറക്കലടങ്ങും വക
കുറഞ്ഞോരു കോലമങ്ങായിയല്ലോ

37. വഴിപോകുമ്പോൾ
38. തെങ്ങിൽനിന്ന് കള്ളെടുപ്പാൻ ചെത്തിന് ഉപയോഗിക്കുന്ന കത്തി
39. അവിടെനിന്നും
40. എട്ടിക്കുളം (ചെട്ടിക്കുളം)
41. മുഴുവനും
42. മാപ്പിളമാരുടെ
43. തൊപ്പിയെണ്ണി
44. കോലയാന്മാർ (മണിയാണിമാരിൽ ഒരു വിഭാഗം)

ഓമനച്ചിറക്കലടക്കലില്ല
ഞങ്ങള് ബലത്താലെ നടത്തല്ലാന്ന്.

ആ വാക്ക് കേട്ടുള്ളെ കേളുവാന്ന്
വെങ്ങരത്തറയില്ലെ കോലയാമ്മാറെ
മൗ[45]വെണ്ണി പത്പ്പത്ത് പണം വാങ്ങ്ന്ന്
മാടായിപ്പാറ മുറിയെ കേറി
ആട്ന്നും പോരുന്ന് കുഞ്ഞിക്കേളു
മാടായിക്കാവ് വലത്തുഭാഗം
കോട്ടക്കു നല്ലെ സലവും[46] കണ്ടു
കാറ്റിന് നല്ലെ സുഖവും കണ്ട്
കേളു മനസ്സിൽ നിരുപിക്ക്ന്ന്
മാടായിക്കാവും വലത്തുഭാഗം
കോട്ടപ്പണിയൊന്ന് തീരണല്ലോ
കോല്യാറ തേടീറ്റ്[47] കല്ല് കൊത്ത്ന്ന്
ആശാര്യള്[48] തേടി വരുത്ത്ന്നല്ലൊ
ആശാരീനീം കോല്യാറീം തേടി കേളു
കോട്ടക്ക് കുറ്റിയടിച്ചോള്ന്ന്
കുറ്റി നാട്ടി ചരട് പിടിച്ചവര്
കോല്യാമ്മാർ കല്ലത് കൊത്ത്ന്ന്ണ്ട്
ഓമന മുരിക്കഞ്ചേരി കുഞ്ഞിക്കേളു
കോട്ടപ്പണിയങ്ങെടുപ്പിക്ക്ന്ന്
ആറുമാസം കൊണ്ടങ്ങൊരുങ്ങുംപണി
മൂന്നുമാസം കൊണ്ടങ്ങ് തീർപ്പിക്ക്ന്ന്

കോട്ടപ്പണിയൊക്കെയൊരുങ്ങ്യേരത്ത്
ഓമനച്ചിറക്കലെ തമ്പുരാന്
ഓലയെവുതി[49]യയച്ചോള്ന്ന്
ഒന്ന്ണ്ട് കേക്കെന്റെ നായിമ്മാറേ
ഓമനച്ചിറക്കലെ തമ്പുരാനും
ഏർപാല്[50] കുഞ്ഞാതി കെട്ടിലമ്മാറും

---

45. മഴു
46. സ്ഥലവും
47. കോലയാന്മാരെ തേടിയിട്ട്
48. ആശാരികളെ
49. എഴുത്തോലയിൽ എഴുതി
50. ഏറുമ്പാല

മാടായികോട്ട പണി കാണാനും
തമ്പുരാനും കെട്ട്ലോളും എഴുന്നള്ള്ന്ന്
നായിമ്മാർക്ക് പക്കരി[51] വെക്കുവാനും
തമ്പുരാന് പയേരി[52] വെക്കുവാനും
വേണ്ടുമ്പോലൊക്കെനോരിങ്ങിക്കാനും
നായിമ്മാറ് കൈയിലോലയയച്ചോള്ന്ന്.

ഓലകൊണ്ട് പോരുന്ന് നായിമ്മാറ്
കേളൂന്ന്[53] തരവോല കൊണ്ട്പോന്ന്
മാടായികോട്ടക്കങ്ങെത്ത്യവര്
കേളൂനി തരവോല കൊടുത്തോള്ന്ന്
തരവോല വാങ്ങ്ന്ന് കുഞ്ഞിക്കേളു
ഓല തിരിച്ചും മറിച്ചും നോക്കി
ഓലേല് വാചകം തിരിയുന്നേരം
അന്നേരം കേളുവല്ലെ പറഞ്ഞോള്ന്ന്
ഓമനച്ചിറക്കന്ന് ഞാൻ വരുമ്പം[54]
തമ്പുരാനെനക്കൊന്നും തന്നിട്ടില്ല
മുമ്മുളം മുണ്ടും മുറിച്ചു തമ്പുരാൻ
മുന്നായ്യരിയും തന്നുതമ്പുരാൻ
തെണ്ടക്കങ്ങായിറ്റയച്ചുവെന്ന[55]
തെണ്ടക്കങ്ങായിറ്റ് വന്നു ഞാന്
പയങ്ങാടി കടവും കടന്നു കേറി
പയങ്ങാടി തറയിലെ മാപ്പ്ളാറ്
പത്തില്ലോറഞ്ചെടുത്ത് തന്നോണ്ടിറ്റ്[56]
അഞ്ചില്ലോറ്[57] രണ്ടെടുത്ത് തന്നോണ്ടിറ്റും
ചെങ്ങത്തടത്തിലെ തീയരാന്ന്
പത്തില്ലോറഞ്ചെടുത്ത് തന്നോണ്ടിറ്റും
എട്ടിളം മുട്ടം പുതിയങ്ങാടി
ഒക്കെ പിരിവിനി നടന്ന് ഞാന്
പത്തില്ലോറഞ്ചെടുത്ത് തന്നോണ്ടിറ്റും
വെങ്ങരതറയിലെ കോല്യാമ്മാറ്
അങ്ങനെയെല്ലാരും തന്നോണ്ടിറ്റ്
കോട്ടച്ചിലവും കയിച്ചു ഞാന്.

51. ഭൃത്യന്മാർക്കുള്ള അരി (ചോറ്)
52. പഴയരി
53. കേളുവിന്
54. വരുമ്പോൾ
55. ആയിട്ട് അയച്ചു എന്നെ
56. തന്നുകൊണ്ടിട്ട്
57. അഞ്ചുള്ളവർ (പത്തുള്ളവർ...)

ഓമന മുരിക്കഞ്ചേരി കുഞ്ഞിക്കേളു
അന്നേരം കേളു പറഞ്ഞോള്ന്ന്
തമ്പുരാനും കെട്ടിലോളും വരുന്നെങ്കില്
ഞാനീടയൊന്നുമൊരുക്കിയില്ല
ഓമനച്ചിറക്കന്ന് ഞാൻ വരുമ്പം
തെണ്ടക്കങ്ങായിറ്റയച്ചുവെന്ന
വെങ്ങരത്തടത്തിലെ കോല്യാമ്മാരും
ചെങ്ങത്തടത്തിലെ തീയ്യമ്മാരും
എട്ടിളം മുട്ടം പുതിയങ്ങാടി
പുതിയങ്ങാടിയില്ലോര് മാപ്പുളാറും
പത്തുള്ളോറഞ്ചെനക്ക് തന്നോണ്ടിറ്റും
അഞ്ചുള്ളോറ് രണ്ടെടുത്ത് തന്നോണ്ടിറ്റും
കോട്ടച്ചെലവും കയിച്ചു ഞാന്
എന്റെ ചെലവും കയിച്ചു ഞാന്
ഞാനീട കോട്ടേലിരിക്കാ ചെയ്ന്ന്[58]
തമ്പുരാനും കെട്ടിലമ്മീം[59] വരുന്നെങ്കില്
കോട്ടപ്പണി കണ്ടും പോയിക്കോട്ട്[60]
ഞാനീടയൊന്നുമൊരുക്കിയില്ല
നായിമ്മാറ് ചെറക്കലേക്കും പോയ്ക്കോള്ന്ന്.

പിറ്റന്നാ കാലത്തെ കുഞ്ഞിക്കേളു
പയങ്ങാടി കടവിനി വന്നു കേളു
ഓടൊക്ക[61] വലിച്ചു കരകൊള്ളിച്ചു
പിറ്റന്നാ കാലത്ത് തമ്പുരാനും
ഏറുമ്പാല കുഞ്ഞാതി കെട്ടിലോളും
പല്ലക്ക്യേഴുന്നള്ളി തമ്പുരാനും
ഇരുപത്ത്രണ്ടോളം നായിമ്മാറും
പയങ്ങാടി കടവിനി പോരുന്നേരം
ഓടവുമില്ലാട തൊയ[62]യില്ല
തമ്പുരാനും നായിമ്മാറ് മടങ്ങുന്നേരം
ചെറുകുന്നിലുള്ളോരു പച്ചൻ കണ്ണൻ
തെങ്ങ്മ്മ്ന്ന് കണ്ടല്ലോ തീയനാന്ന്
അരിഞ്ഞ കുലക്ക് കുരുന്ന് കൂട്ടാതെയും
അടുത്തുള്ളെള മട്ടല് കൊത്തൂവയും

58. ഞാനിവിടെ കോട്ടയിൽ ഇരിക്കുകയാണ് ചെയ്യുന്നത്
59. കെട്ടിലമ്മയും
60. പോയിക്കൊള്ളട്ടെ
61. ഓടം (തോണി) ഒക്കെ
62. തുഴ

ഊറുന്ന് അവിട്ന്നും കീഞ്ഞോള്ന്ന്
തമ്പുരാന്റരികനെ വന്നോള്ന്ന്
അന്നേരാ തീയൻ പറഞ്ഞോള്ന്ന്
തമ്പുരാനും നായ്മ്മാറും മടങ്ങിപ്പോണ്ട[63]
തോണിയും തൊയയും കൊണ്ടരുവാൻ[64]
വേഗത്തിൽ പോക്ന്ന് കണ്ണനാന്ന്
അയ്മറിച്ച് തോണിയങ്ങ് കൊണ്ടരുന്ന്
പയങ്ങാടി കടവിനും തായെക്കൂട
തമ്പുരാനീം ആളെയൊക്ക മാറ്റി കണ്ണൻ
തമ്പുരാനും നായിമ്മാറും പോരുന്ന്ണ്ട്.

മാടായിക്കോട്ടക്ക് വരുന്നേരത്ത്
കേളുവതങ്ങൊന്നവും ചെയ്തില്ലല്ലോ
തമ്പുരാനും നടന്നങ്ങ് നോക്ക്ന്ന്ണ്ട്
കോട്ടപ്പണിയൊക്ക കണ്ടോള്ന്ന്
അന്നേരം തമ്പുരാൻ ചോതിക്ക്ന്ന്
എന്റയിക്കോട്ട് മുരിക്കഞ്ചേരി കുഞ്ഞിക്കേളു
എന്താ നീയൊന്നുമൊരുക്കാഞ്ഞിനി[65]
അന്നേരം കേളു പറഞ്ഞോള്ന്ന്
ഓമനച്ചിറക്കന്നെന്ന അയക്കുന്നേരം
തെണ്ടക്കങ്ങൊയിട്ടയച്ചുവെന്ന
തമ്പുരാനെനക്കൊന്നും തന്നില്ലല്ലോ
എന്ത്ന്നാ ഞാനീട്ന്നൊരുക്കണ്ടത്[66]
പയങ്ങാടി തറയിലില്ലെ മാപ്പുളാറും
എട്ടിളം മുട്ടം പുതിയങ്ങാടി
ഒക്കനെ തെണ്ടി നടന്നോണ്ടിറ്റ്
വെങ്ങരത്തറയിലെ കോല്യാമ്മാരും
ചെങ്ങത്തടത്തിലുള്ളെ തീയമ്മാറും
പത്തുള്ളോറഞ്ചെടുത്ത് തന്നോണ്ടിറ്റും
അഞ്ചുള്ളോറ് രണ്ടായിറ്റ് തന്നോണ്ടിറ്റും
കോട്ടച്ചിലവും കയിച്ചു ഞാന്
എന്റെ ചിലവും കയിച്ചുഞാന്
ഞാനീട കോട്ടേലിരിക്കാ ചെയ്ന്ന്

---

63. മടങ്ങിപ്പോകേണ്ട
64. കൊണ്ടുവരുവാൻ
65. ഒരുക്കാതിരുന്നത്
66. എന്തൊന്നാ ഞാനിവിടെനിന്ന് ഒരുക്കേണ്ടത്

അന്നേരം തമ്പുരാൻ പറഞ്ഞോള്ന്ന്
ഓമന മുരിക്കഞ്ചേരി കുഞ്ഞിക്കേളു
മാടായിക്കോട്ടേന്ന് കീയോ ചെയ്ന്ന്
കൊതിയോട് കോട്ടേലിരിക്കോ ചെയ്ന്ന്
കശറത്ത്[67] കോട്ടേന്ന് കീയോ ചെയ്ന്ന്
അന്നേരം കേളു പറഞ്ഞോള്ന്ന്
ഓമനച്ചിറക്കലെന്റെ തമ്പുരാനേ
മാടായിക്കോട്ടേന്ന് കീയേയില്ല
കൊതിയോട് കോട്ടേലിരിക്കേയില്ല
കശറത്ത് കോട്ട പിടിച്ചോളൂനേ
എന്നല്ലെ കേളു പറഞ്ഞോള്ന്ന്.

അപ്പളെ കലുപ്പന തമ്പുരാന്
ഓമനമുരിക്കഞ്ചേരി കുഞ്ഞിക്കേളു
നീയുമീ കോട്ടേന്ന് കീഞ്ഞില്ലെങ്കിൽ
കശറത്ത് കോട്ട പിടിക്കും ഞാന്
പച്ചക്കുതിരയും പട്ടാളവും
മാടായിപ്പാറേമ്മ്ന്ന് തുള്ളിക്കും ഞാന്
അന്നേരം കേളു പറഞ്ഞോള്ന്ന്
എന്റോമന ചിറക്കല് തമ്പുരാനേ
മാടായിപ്പാറ കരിമ്പാറമ്മ[68]
പാറമ്മ പുഞ്ച വിതപ്പിക്കും ഞാൻ
ഓമനച്ചിറക്കലെ തമ്പുരാനേ
ഈയ്യം കൊണ്ട് മയ[69] പെയ്യീക്കും ഞാന്
അന്നേരം തമ്പുരാൻ പറഞ്ഞോള്ന്ന്
ഓമന മുരിക്കഞ്ചേരി കുഞ്ഞിക്കേളു
ഈയ്യംകൊണ്ട് മയ പെയ്യീച്ചെങ്കിൽ
പൊന്ന്കൊണ്ട് കൊട ഞാൻ പിടിക്കും
എന്നും പറഞ്ഞോണ്ട് പോയ്ക്കോള്ന്ന്
തോണിക്കടവായി മാറ്റീ തീയൻ.

ഓമന മുരിക്കഞ്ചേരി കുഞ്ഞിക്കേളു
പട്ടണത്തരവിതാനെ പായിത്താനേ
കത്തങ്ങെഴുത്ന്ന് കേളുവാന്ന്
പട്ടണത്തരവിതാനെ പായിത്താനേ

67. കയർത്ത്
68. പാറയിന്മേൽ
69. മഴ

കത്തു പിടിച്ചപ്പളേ വന്നോളേണം
പായിത്താന് കത്ത് പിടിച്ചപ്പളെ
ആട്ന്നും പോരുന്നല്ലോ പായിത്താന്
മാടായിപ്പാറക്ക് വന്നോള്ന്ന്
മുരിക്കഞ്ചേരിക്കേളുവോൻ കുഞ്ഞിക്കേളു
മാടായിപ്പാറ കരിമ്പാറമ്മേ
പുഞ്ചക്കണ്ടായിറ്റെടുപ്പിക്ക്ന്ന്
കണ്ടത്തിനു പാലം വെപ്പിക്ക്ന്ന്
പാറമ്മൽ പുഞ്ച വിതപ്പിക്ക്ന്ന്
ഓമനചിറക്കലെ തമ്പുരാന്
പച്ചക്കുതിരയും പട്ടാളവും
മാടായിപ്പാറമ്മ കൊണ്ടുവര്ന്ന്
പാറമ്മന്ന് കുതിരേന തുള്ളിക്ക്ന്ന്
മുരിക്കഞ്ചേരിക്കേളു കുഞ്ഞിക്കേളു
ഈയ്യം കൊണ്ട് മഴ പെയ്യീക്കന്ന്
അന്നേരം കേളു പറഞ്ഞോള്ന്ന്
എന്റോമന ചെറക്കലെ തമ്പുരാനേ
ഞാനത് കോട്ടേന്ന് കീയുന്നേരം
നായിയും താക്കോലുമാന്ന് തമ്പ്രാനേ
താവത്ത് തൃപ്പടിമ്മ വെക്കയില്ല
കോട്ട തൃപ്പടിമ്മ വെക്കും ഞാന്.

കോട്ടയടച്ചങ്ങ് പൂട്ടി കേളു
കാവും തൃപ്പടിമ്മ വെച്ചോള്ന്ന്
തമ്പുരാന്റെ കൂടെയല്ലെ കീഞ്ഞു കേളു
മാടായികോട്ടയിന്നും വന്നോള്ന്ന്
പയങ്ങാടിക്കടവിന് വന്നു കേളു
നേർക്കടെവ് കേളു കടന്നോള്ന്ന്
തമ്പുരാൻ കടവ് കടന്നുകേറി
എല്ലാരുമൊപ്പരം[70] വന്നോള്ന്ന്
കണ്ണൂലറക്കലെ താഴലെത്തി[71]
കേളു മനസ്സില് നിരുവിക്ക്ന്ന്
കണ്ണൂലറക്കലും പോക്വ് ചെയ്ന്ന്
ചെറക്കന്നെറക്കല് മറഞ്ഞു കേളു.
കണ്ണൂലറക്കല് നിന്നു കേളു
എറച്ചിയും ചോറൊക്കെ തിന്നു കേളു
ഓമനച്ചിറക്കലെ തമ്പുരാന

70. ഒപ്പം (ഒന്നിച്ച്)
71. താഴെയെത്തി

ആതിയതിക്രമം കാട്ടുന്നല്ലോ
തമ്പുരാൻ ചിറയിലെഴുന്നള്ളുമ്പം
പച്ചിറച്ചികൊണ്ടങ്ങെറിയും കേളു
തീക്കുടുക്ക കെട്ടിയെറിഞ്ഞോണ്ടിറ്റ്
പുപ്പൊര[72]യൊക്കയും കത്തിപ്പോയി
ചെറിയ വെടികൊണ്ടും ചില്ലുകൊണ്ടും
വലിയ വെടികൊണ്ടും ഉണ്ടകൊണ്ടും
ഓട്ടുപുരയൊക്ക നിരങ്ങിപ്പോയി
ആതിയതിക്രമം കാട്ടികേളു
ഓമന മുരിക്കഞ്ചേരി കുഞ്ഞിക്കേളു
കേളുവറക്കല് പുളച്ചോണ്ടിറ്റ്
തമ്പുരാന് ചിറക്ക പൊറുതിയില്ലല്ലോ
ആതിയതിക്രമം കാട്ടി കേളു.

ഓമനച്ചിറക്കലെ തമ്പുരാനും
കല്യാട്ട് ചന്തൂന വിളിപ്പിക്ക്ന്ന്
ചന്തുവല്ലെ ചിറക്കലേക്ക് വന്നോള്ന്ന്
അപ്പളെ കലുപ്പന തമ്പുരാന്
ഓമനച്ചിറക്കലെ തമ്പുരാന്
വെള്ളക്കാർക്ക് കത്തങ്ങെഴുതുന്നല്ലോ
അയ്യായിരം പട്ടാളയപ്പിക്കാന്
കത്തുവയച്ചുവല്ലെ തമ്പുരാന്
കപ്പലോടിപ്പോക്ന്ന് കുഞ്ഞിച്ചന്തു
കല്യാട്ട് ചന്തു വാ കുഞ്ഞിച്ചന്തു
കത്ത്കൊണ്ട് പോരുന്ന് ചന്തുവാന്ന്
വെള്ളക്കാർക്ക് കത്തൊന്ന് കൊണ്ടുപോയി
കത്തുവാങ്ങി വായിച്ചു നോക്ക്യവര്
എണ്ണായിരം പട്ടാളയപ്പിക്ക്ന്ന്
കപ്പലിക്കേറ്റുന്ന് പട്ടാളവും
എന്നങ്ങു പറഞ്ഞുവല്ലൊ വെള്ളക്കാര്
ഓമനച്ചിറക്കലെ തമ്പുരാന്
എണ്ണായിരം പട്ടാളയക്ക്ന്ന്ണ്ട്
എന്റാളലങ്ങൊന്ന് കുറഞ്ഞുവെങ്കിലും
എന്റെ വാളാലങ്ങൊന്ന് കുറഞ്ഞുവെങ്കിലും
തമ്പുരാന് പതിനെട്ട് നാടുണ്ടല്ലോ
പതിനെട്ടു നാടും പിടിക്കും ഞങ്ങൾ.
ചന്തുവല്ലെ വേഗത്തിൽ പോരുന്നത്

72. പുൽപ്പുര

കപ്പലോടി പോരുന്ന് കുഞ്ഞിച്ചന്തു
കപ്പല് പന്തറ്[73]ക്കടുത്തോള്ന്ന്
ചന്തുവല്ലെ കപ്പലിന്ന്[74] കീഞ്ഞോള്ന്ന്
നേരൊട്ട് സന്ധ്യയോട് നേരോമായി
കണ്ണൂലറക്കലേക്ക് വന്നു ചന്തു
തങ്ങളെ വിളിച്ചും പറഞ്ഞോള്ന്ന്
കണ്ണൂലറക്കലെന്റെ തങ്ങളോട്
പതിനെട്ട് മുറി പാണ്ട്യാല[75]യില്ലെ നിങ്ങക്ക്
ഇന്നോരുലന്തി പുലരുവോളം
പാണ്ട്യാലൊഴിച്ചു തരണെനക്ക്
പാണ്ട്യാല താക്കോലും വാങ്ങി ചന്തു
പാണ്ട്യാലയല്ലെ തുറക്ക്ന്നത്
പട്ടാളമൊക്കനെ കീച്ചു[76] ചന്തു
പാണ്ട്യാല മുറിയിലിട്ടങ്ങു പൂട്ടി ചന്തു
ചന്തു ചിറക്കലേക്കും വന്നോള്ന്ന്
തമ്പുരാനോട് ചന്തു പറഞ്ഞോള്ന്ന്
ഓമനച്ചിറക്കലെ തമ്പുരാനേ
എണ്ണായിരം പട്ടാളം കൊണ്ടന്നിനി
ഏടയെല്ലാം[77] പട്ടാളം കേറ്റണ്ടത്.

അന്നേരം തമ്പുരാൻ പറഞ്ഞോള്ന്ന്
തങ്ങളിരിക്കും പറമ്പാക്ന്ന്
പൂവളപ്പി പട്ടാളം കേറ്റ്വ വേണ്ടാ
കണ്ണൂ പതിനെട്ട് പള്ളിയ്ണ്ട്
എല്ലീലും മുന്ത്യ[78] പള്ളി മേതിൻ പള്ളി
പള്ളിയങ്ങൊന്നാടൊഴിച്ചേക്കണം
പതിനേഴ് പള്ളി നിരത്തിക്കേണം.

ഓമനമുരിക്കഞ്ചേരി കുഞ്ഞിക്കേളു
ഏയിക്കു മീത്ത പതിനെട്ടര
പൗവ്വക്കുറി[79]ക്കങ്ങ് പോയി കേളു
പൗവ്വ നടയിലിരുന്നു കേളു

73. ബന്തർ (തുറമുഖം)
74. കപ്പലിൽനിന്ന്
75. പണ്ടകശാല (പാണ്ടികശാല); ചരക്കുകൾ സൂക്ഷിക്കുന്ന സ്ഥലം
76. മുഴുവനും ഇറക്കി
77. എവിടെയെല്ലാം
78. എല്ലാത്തിലും മുന്തിയ
79. സദ്യയോടുകൂടി നടത്തുന്ന നറുക്കുകുറി; കാവുകളിലും മറ്റും ഇത്തരം ചിട്ടികൾ നടത്തപ്പെടാറുണ്ട്.

വാങ്ങ്യേ പണവൊക്ക വാങ്ങിക്കെട്ടി
പോരാതണത്തിന്[80] ചീട്ടെ[81]ഴുതി
പൗവ്വ നടയിലിരുന്നു കേളു
കേളൂന്റെ ചെവിട്ടിലറിഞ്ഞും പോയി
കേളു മനസ്സിൽ നിരുവിക്ക്ന്ന്
എന്റെ പൂവളപ്പിൽ പട്ടാളം കടന്നിനിപോലും
പൗവ്വ നടയിന്നെയിറ്റുകേളു
അന്നേരോം കേളു പറഞ്ഞോള്ന്ന്
തമ്പുരാനൊടു കൂറില്ലെ നായിമ്മാറ്
എന്റൊക്കെയാരാനും വന്നേക്കല്ല
തങ്ങളോട് കൂറില്ലെ നായിമ്മാറ്
കുന്നിമ്മൽ കോമൻ മണിയാണിയും
കേളുവും കൂടയല്ലെ പോരുന്നത്
കുന്ന്മ്മ കോമൻ മണിയാണീന
കള്ളുവും റാക്കും കുടിപ്പിക്ക്ന്ന്
കള്ള്വും റാക്കും കുടിച്ചു കേളു
പോതം[82] കെട്ട് പായ്ന്ന് കേളുവാന്ന്
അന്നേരം കേളു പറഞ്ഞോള്ന്ന്
കുന്നുമ്മലോമന കോല്യാൻ കോമാ
വയ്യല് നോക്കുമ്പം[83] വയ്യലമ്പ്
മിന്നല്[84] നോക്കുമ്പം മിന്നലമ്പ്
ഇത്രയും തഞ്ചം പടിച്ചോണ്ടിനോ[85]
ഇരുവരും കൂടയങ്ങ് പാഞ്ഞോള്ന്ന്
പൂവളപ്പിൽ കേറാനും പാഞ്ഞു കേളു
കല്യാട്ട് ചന്തുവാ കുഞ്ഞിച്ചന്തു
പൂമരം മറഞ്ഞങ്ങ് നിന്നു ചന്തു
കേളൂന്റെ നെഞ്ചിനി വെടിവെക്ക്ന്ന്
കേളു മറഞ്ഞങ്ങ് വീണോള്ന്ന്.

അന്നേരം തമ്പുരാൻ ചോതിക്ക്ന്ന്
കല്യാട്ട് ചന്തുവെന്റെ കുഞ്ഞിച്ചന്തു
കേളു മലന്നിട്ടോ വീണത് ചന്തു
കേളു കുമിഞ്ഞിട്ടോ വീണത് ചന്തു.

80. പോരാത്ത പണത്തിന്
81. ശീട്ട് (രേഖ)
82. ബോധം
83. പിറകിൽ നോക്കുമ്പോൾ
84. മുന്നിൽ
85. പഠിച്ചുകൊണ്ടിരുന്നോ

അന്നേരം ചന്തു പറഞ്ഞോള്ന്ന്
ഓമന മുരിക്കഞ്ചേരി കുഞ്ഞിക്കേളു
കേളു മലന്നിറ്റാ വീണത് തമ്പ്രാനേ
കേളു കമിഞ്ഞിറ്റാ വീണ്വെങ്കില്
നാടും കമിഞ്ഞങ്ങ് പോവേ ചന്തു
കേളു മലന്നിറ്റാ വീണ്വെങ്കില്
നമ്മക്ക് നാടത് കിട്ട്യേ ചന്തു.

പാട്ട് നാല്

മുരിക്കഞ്ചേരി കേളു കണ്ണൂര് അറക്കലെ ബീവിയെ വിവാഹം കഴിക്കുകയും ചിറയ്ക്കൽ തമ്പുരാനെതിരായി അതിക്രമങ്ങൾ തുടങ്ങുകയും തമ്പുരാൻ കല്യാട്ട് കണ്ണന്റെ സഹായത്തോടെ പട്ടാണിപ്പടയിറക്കി കേളുവിന്റെ അന്ത്യം വരുത്തുകയും ചെയ്തതായി ഈ പാട്ടിൽ ആഖ്യാനം ചെയ്യുന്നു. കാങ്കോലിന്നടുത്തുള്ള വലിയചാലിലെ കാനാമീത്തലെ വീട്ടിൽ നാരായണിയമ്മ, കുന്നുമ്പുറത്ത് മാവില വീട്ടിൽ പാർവ്വതിയമ്മ എന്നിവരിൽനിന്ന് ശബ്ദലേഖനം ചെയ്തെടുത്ത് ശേഖരിച്ചതാണ് ഈ പാട്ടുകഥ.

ആപത്ത് മാലയനർത്ഥമാല
കോയിക്കോലമ്മോന്റെ കണ്ടമാല
മാല കഴുത്തില് വീണെ നാളെ
രണ്ടോളമോത്ത[1]ല്ലെ കേളൂനില്ല്.[2]
കണ്ണൂല് ബീവിയും തങ്ങളെന്നും
കണ്ണൂല് വാടിയ[3]കടക്കലെന്നും.

മുരിക്കഞ്ചേര്യോമന കുഞ്ഞിക്കേളു
കണ്ണൂല് വാടിയ കടന്നോള്ന്ന്
കണ്ണൂല് ബീവൂവ തങ്ങളീന
ഓനതവിടത്താൽ കെട്ടന്ന്ണ്ട്[4]

1. ഓത്ത് (പറച്ചിൽ)
2. കേളുവിനുള്ള
3. ഭവനം നില്ക്കുന്ന സ്ഥലം
4. വിവാഹം കഴിക്കുന്നുണ്ട്

അങ്ങനാവിടത്താൽ വാണുകേളു.

അങ്ങ്നെ കുറേക്കാലം കയ്യുന്നേരം
മുരിക്കഞ്ചേരിയോമന കുഞ്ഞിക്കേളു
കേളുവവിട പുളച്ചോള്ന്ന്
കണ്ണൂര്യില്ലോരു ചോണവർക്ക്
ഇരുതി പൊറുതി[5] കൊടുക്കുന്നില്ല
കണ്ണൂൽക്കുളമില്ല പള്ളിയില്ലല്ലോ
അന്നേരം കേളു പറഞ്ഞോള്ന്ന്
എന്റെ കണ്ണൂലങ്ങില്ലോരു ചോണവരേ
ഈടവാലൊന്ന് പറഞ്ഞോളട്ടെ
ചിറക്കക്കൂലോത്തിന് പൂവേ വേണ്ടു[6]
ഏഴ് ചെറു ചെമ്പ് പൊന്നെടുത്തു
പടിപ്പുര ചെന്നാടിരുന്നോ നിങ്ങ
അന്നേരരുളപ്പാട്ണ്ടാവൂവേ[7]
ചിറക്കകൂലോം വാണെ തമ്പുരാനോ
അന്നേരരുളപ്പാടുണ്ടാവല്ലോ
എന്റെ കണ്ണൂലങ്ങില്ലോരു ചോണവരേ
എന്തിനായിക്കാഴിച്ച വെച്ചതെനക്ക്
മറ്റേതുമല്ലല്ലോ കായ്ച്ച വെച്ചത്
മുരിക്കഞ്ചേര്യോമന കുഞ്ഞിക്കേളു
കണ്ണൂല് വാടിയ കടന്നെപ്പിന്നെ
കണ്ണൂലങ്ങില്ലോരു ചോണവർക്ക്
ഇരുതി പൊറുതി തരുന്നില്ലാട
കണ്ണൂല് കുളമില്ല പള്ളിയില്ലല്ലോ
കേളൂന്റിടയിൽ കഴിയാനാകാ
ഒറ്റപ്പള്ളിക്ക് ചെറുകുളത്തിനി
ആട്ടിൻതോല് വീതിയിൽ സ്ഥലം തരേണം
എന്നത് നിങ്ങ പറഞ്ഞോണ്ടാല്
കണ്ണ് കടിയറ്[8] തമ്പ്രാമ്മാറ്
പൊന്ന് കൊതിയറ് തമ്പ്രാമ്മാറ്
നിങ്ങള്വെച്ചെ കായിച്ചെടുക്കേലില്ലു

5. ഇരിപ്പും രക്ഷയും
6. കോവിലകത്തേക്ക് പോവുകയേ വേണ്ടതുള്ളൂ.
5. ഇരിപ്പും രക്ഷയും
6. കോവിലകത്തേക്ക് പോവുകയേ വേണ്ടതുള്ളൂ.
7. ഉണ്ടാകുമേ
8. അസൂയക്കാർ

ആട്ടിൻതോല് വീതിയിൽ പറഞ്ഞോണ്ടാല്
ആനത്തോല് വീതിയിലെടുത്തോ നിങ്ങ
കുളമെങ്കിൽ പതിനെട്ടെടുത്തോ നിങ്ങ
പള്ളിയെങ്കിൽ പതിനെട്ട് തീർക്കേ വേണ്ടൂ.

ആ വാക്ക് കേട്ടോരു ചോണവര്
ഏഴു ചെറു ചെമ്പ് പൊന്നെടുത്തു
ഏഴു തരിക തരച്ചെടുത്തു
ചിറക്കക്കൂലോത്തിനി വയ്യും ചാഞ്ഞു
പടിപ്പുര കേറിയാട കൊണ്ടുവെച്ചു
ചിറക്കക്കൂലോം വാഴും തമ്പുരാനോ
ഏഴുനില മാളിക മോള്ന്നല്ലോ
കണ്ണാലെ കാണ്ന്നാ ചോണവര
ഏഴുനില മാളിക കീഞ്ഞ് വന്നു
പടിപ്പുര തന്ന്യല്ലെ വന്നോള്ന്ന്
അന്നേരരുളപ്പാട്ണ്ടാക്ന്ന്
എന്റെ കണ്ണൂലങ്ങില്ലോരു ചോണവരേ
എന്തിനായിക്കായിച്ച വെച്ചേനക്ക്
അടിയൻ തലയുടെ തമ്പുരാനേ
മറ്റേതുമല്ലല്ലോ കായ്ച വെച്ചത്
മുരിക്കഞ്ചേരിയോമന കുഞ്ഞിക്കേളു
കണ്ണൂല് വാടിയ കടന്നെപ്പിന്ന[9]
കണ്ണൂലങ്ങില്ലോരു ചോണോവർക്ക്
ഇരുതി പൊറുതിയില്ല കണ്ണൂരല്ലോ
ഒറ്റക്കുളത്തിനുമൊരു പള്ളിക്കും
ആട്ടിൻതോൽ വീതിയിൽ സലം തരേണം.

അന്നേരെ തമ്പുരാനരുളപ്പാട്
എന്റെ കണ്ണൂലങ്ങില്ലോരു ചോണവറേ
ആട്ടിൻതോൽ വീതിയിലളന്നെടുത്തോ
അവര് വെച്ചെ കായിച്ചെടുത്തോള്ന്ന്.

ആട്ടിൻതോൽ വീതിയിൽ പറഞ്ഞോണ്ടിറ്റ്
ആനത്തോൽ വീതിയിൽ സലമെടുത്തു
കുളമൊരു പതിനെട്ട് കത്ത്ന്ന്ണ്ട്
പള്ളിയെങ്കിൽ പതിനെട്ട് തീർത്തവര്
നാടെന്നെ നാടെല്ലാവർക്കാക്ന്ന്

9. പിന്നെ (എകാരത്തിനു പകരം അകാരം)

ചിറക്കക്കൂലോം വാണെ തമ്പുരാനി
കൂലോം പുറമിട്ട് പൂവാനായി[10]
നാട് പുറമിട്ടും പൂവാനായി.

അന്നേരെ തമ്പുരാനരുളപ്പാട്
ഏ രാമാ, യേ രാമാ, വാരിക്കരേ,
ഈടവാ ലൊന്ന് പറഞ്ഞോളട്ട്
തമ്പുരാൻ തിരുമുമ്പിൽ ചെന്ന് നിന്നു
വെള്ളി വളയും വെളുത്തെ കൈയും
വാളെറിഞ്ഞേറ്റം തൊഴുതോള്ന്ന്.

ഓനും തൊഴുതോരു ഭാഗെനിന്നു
അന്നേരരുളപ്പാട്ണ്ടാക്ന്ന്
മറ്റേതുമല്ല വിളിച്ചതേ രാമാ
കണ്ണൂലങ്ങില്ലോരു ചോണവര
ഒറ്റക്കുളത്തിനൊരു പള്ളിക്ക്
ആട്ടിൻതോല് വീതിയിൽ സലം കൊടുത്തു
കടലിൽ പറങ്ക്യെന്നെ കപ്പിത്താനോ
കരമ്മില് നട്ടു ഞാൻ നീർ പകർന്നു
കൊമ്പും തരംവെച്ച് പടന്നീലീട
എനക്കെന്റെ കൂലോത്തിരുതിയില്ലല്ലോ
നാട് പുറമിട്ട് പൂവനമ്മക്ക്
കൂലോം പുറമിട്ട് എഴുന്നള്ളാലോ
അടിയൻ തലയുടെ തമ്പുരാനേ
അങ്ങനെ നമ്മളും പൂവാവേണ്ടാ[11]
പിന്നയങ്ങെന്ത്ന്ന് വേണ്ടത് രാമാ
എങ്ങനെ കൂലോം ചിലവ് കഴിയും
മങ്ങലാപുരം മൂട വരുത്തിക്കും ഞാൻ
അങ്ങനോരാറ് മാസം കയ്യ[12]നമ്മക്ക്
പിന്നെയങ്ങെന്തൊന്ന് വേണ്ടതേ രാമാ
തിരുവങ്ങാട്ടമ്പലത്തിൽ പൂവ നമ്മക്ക്
അങ്ങനോരാറ് മാസം നിക്ക[13] നമ്മക്ക്
പിന്നെയങ്ങെന്തൊന്ന് വേണ്ടതേ രാമാ
വയനാടൻ മൂട വരുത്ത നമ്മക്ക്
അങ്ങനോരാറ് മാസം നിന്നോളാലോ

10. കോവിലകം പിന്തിരിഞ്ഞ് (ഉപേക്ഷിച്ച്) പോകുവാനായി.
11. പോവുകവേണ്ടാ
12. കഴിഞ്ഞുകൂടാം
13. നില്ക്കാം (താമസിക്കാം)

പിന്നെയങ്ങെന്ത്ന്ന് വേണ്ടതേ രാമാ
ഓനത് മിണ്ടാതെ നിന്നവങ്ങനെ
ഒന്നിതേ കേക്കണേ കുഞ്ഞിരാമാ
കട്ടം കയറി വരട്ട് ഞാനേ
കട്ടത്തിന്മീത്തല പട്ടാണിയോ
നാട് പുറമിട്ട് പോകുന്നത്
കൂലോം പുറമിട്ടെഴുന്നള്ള്ന്നത്
പട്ടാണിതന്നെയറിഞ്ഞിരിക്കട്ടെ
പല്ലക്കിലേല്ന്നെ[14] തമ്പുരാനോ
കാൽനടയായിറ്റെഴുന്നള്ള്ന്ന്
കട്ടം കയറയല്ലേ പോക്ന്നത്.

കട്ടത്തിൻമീത്തലെ പട്ടാണിയോ
പൊന്നും കസേരേലിരുന്നുംകൊണ്ട്
കണ്ണരക്കണ്ണ് ചിമ്മീംകൊണ്ട്
അങ്ങനോരുത്തീലിരിപ്പാക്ന്ന്
തമ്പുരാനും ചെന്നല്ലെ കേറ്ന്നത്
കണ്ണാലെ കാണ്ന്ന് പട്ടാണിയോ
പൊന്നും കസേലാട വെച്ചുകൊടുത്തു
കൊണ്ടച്ചിരിപ്പീ[15]ലിരുന്നവല്ലോറ്
ചോതിക്കുന്നന്നേരെ പട്ടാണ്യല്ലേ
ചിറക്ക്കൂലോം വാണെ തമ്പുരാനേ
പല്ലക്കിലേല്ന്നെ നിങ്ങളല്ലെ
കാൽനടയായിറ്റങ്ങേളിയതെന്തെ
അന്നേരെ തമ്പുരാനരുളപ്പാട്
മറ്റേതുമല്ലല്ലോ ഏളിയത് ഞാനോ
കടലിൽ പറങ്കിയെന്ന കപ്പിത്താനോ
കരമ്മല് നട്ടു ഞാൻ നീർ പകർന്നു
കൊമ്പും തരംവെച്ച് പടന്നോണ്ടിറ്റ്
എനക്കെന്റെ കൂലോത്തിരുതിയില്ലല്ലോ
കൂലോം പുറമിട്ടെഴുന്നള്ള്ന്ന്
നാട് പുറമിട്ട് പോന്ന് ഞാനേ
ഞാനതങ്ങങ്ങനെ പോക്ന്നത്
എന്റെ കുടിയാറ്യല്ലേ പട്ടാണി
പട്ടാണിയരവാക്കറിഞ്ഞിരിക്കണ്ടെ.

---

14. എഴുന്നള്ളുന്ന
15. കൊണ്ട്വച്ച ഇരിപ്പിൽ

അന്നേരത്തോനും പറഞ്ഞോള്ന്ന്
ചിറക്കക്കൂലോം വാണെ തമ്പുരാനേ
എല്ലം[16] പറഞ്ഞതങ്ങൊത്തുവെനക്ക്
ഒന്ന് പറഞ്ഞതങ്ങേറിപ്പോയി
ചിറക്കക്കൂലോം വാണെ കുഞ്ഞറവു[17]
നിന്റെ കുടിയാറ് ഞാനെന്നാല്
എന്റെ കുടിയാറ് നീയറവു
എന്തിനി കട്ടം കയറി നീയേ
പിടിക്കേണേ നായീനേ കെട്ടവേണേ
ചങ്ങല വിലങ്ങിനിട്ട് പൂട്ടേവേണ്ടു
ചങ്ങല വിലങ്ങിനാടയിട്ടോള്ന്ന്.

അങ്ങനെയൊരേഴ് ദിവസമായല്ലോ
പെരുവഴി പോകും കുട്ടിപ്പട്ടമ്മാറ്
ആയി തലക്കോട്ട മങ്ങലാപുരം
എഴുപത് നിലക്കൂറ് നിക്കും തല
പതിനാറ് കോട്ടേരെ മേൽക്കോയ്മ
കല്യാട്ടിട വായ്യേ കുഞ്ഞിക്കണ്ണൻ
പതിനാറ് കോട്ടേലരിയളന്നു
കോട്ടപ്പടിക്കല് നിക്ക്ന്നല്ലോ
പടിപ്പുരക്ക് തായലേ പോന്നവര്
അവര് പറഞ്ഞും ചിരിച്ചും പോന്ന്
ചിറക്കക്കൂലോവെന്നെ കൂലകത്ത്
ഏഴോളം തമ്പാമ്മാറ്ണ്ടാരുന്നു
ആറുവും സ്വർഗ്ഗത്തിനേളിപ്പോയി
കയിച്ചോര്[18] തമ്പായ്യങ്ങിണ്ടാരുന്നു
കട്ടത്ത്മ്മീത്തലെ പട്ടാണീരെ
ഓറെ ചുരം കേറിപോയ്യേക്കൊണ്ട്
ചങ്ങല വിലങ്ങിലിട്ട് പൂട്ടീനാട
ഇന്നേക്കോരേഴ് ദിവസമായില്ലേ
തമ്പുരാനാട മരിക്കയാരിക്കും[19]
ഒറ്റച്ചെവിടാലെ കേട്ടുകണ്ണൻ
അന്നേരെ കണ്ണൻ പറഞ്ഞോള്ന്ന്
ഒന്ന്ണ്ടോ കേക്കണേ പട്ടമ്മാറെ
എന്ത് പറഞ്ഞ് ചിരിച്ച് പോന്നേ

16. എല്ലാം
17. ഒരു മാപ്പിളയുടെ പേർ വിളിച്ച് തമ്പുരാനെ നിന്ദിക്കുന്നു.
18. കഴിച്ചൊരു (ശേഷിച്ചൊരു)
19. മരിക്കുകയായിരിക്കാം.

പെരുവഴിപോകും കുട്ടിപ്പട്ടമ്മാറ്
എന്തൊക്കെ പറഞ്ഞ് ചിരിച്ച് പോകും
ഏതും പറയല്ല പട്ടമ്മാറേ
ഈവലൂട കേറീറ്റും പൂവ[20]വേണേ
കഞ്ഞിക്കരിക്ക് കറിക്ക് തരാ[21]
നിക്കാരോമീരണ്ട് പണം[22] തരാലോ
വെയിലിനി പിടിക്കാൻ കുട തരാലോ
ആ വാക്ക് കേട്ടോര് പട്ടമ്മാറ്
അയിലൂടെ ചെന്നല്ലെ വന്നോള്ന്ന്

അന്നേരവര് പറഞ്ഞോള്ന്ന്
മറ്റേതുമല്ലല്ലോ പറഞ്ഞത്ഞാങ്ങ
ചിറക്കക്കൂലോമെന്ന കൂലകത്ത്
ഏഴോളം തമ്പാമ്മാറ്ണ്ടായില്ലേ
ആറും സൊറഗ്ഗത്തിനേളിപ്പോയി
കയിച്ചോരു തമ്പായിയിണ്ടാരുന്നേ
കട്ടത്തിമ്മീത്തലെ പട്ടാണീരെ
കട്ടം കയറിയോറ് പോവേക്കൊണ്ട്[23]
ചങ്ങല വിലങ്ങലിട്ട് പൂട്ടീനാട
ഇന്നേക്കോരേഴ് ദിവസായില്ലേ
തമ്പുരാനാട മരിക്കയാരിക്കും.

ആ വാക്ക് കേട്ടോരു കുഞ്ഞിക്കണ്ണൻ
പട്ടമ്മാറ മേനിക്കയച്ചോള്ന്ന്
കോട്ടേലരിയളവ് നിറുത്തുന്നല്ലോ
കോട്ടേരെ വാതിലും പൂട്ടിക്കെട്ടി
താക്കോലും കൂട്ടം കയിമ്മലായി
കണ്ണനോനാട്ന്നും കീഞ്ഞോള്ന്ന്
ഓന്റെ മല നോക്കി വന്നോള്ന്ന്
തെക്കിനകൊട്ടിലേക്ക് വന്നൂ കണ്ണൻ
ഉദയമരത്തിങ്കീ കന്നിടോത്തി
കന്നിടോൻ മകള് കുഞ്ഞിക്കന്നി
കണ്ണന കണ്ണാലെ കണ്ടു കന്നി
വേഗം മുറിക്കല്[24] വന്നോള്ന്ന്

20. ഇതിലൂടെ കയറിയിട്ടും പോവുക
21. തരാം
22. നമസ്കാരപ്പണം (ദക്ഷിണ)
23. പോയതുകൊണ്ട്
24. മുറിക്കകത്ത്

കട്ടിന്റരുകയാട ചെന്നുനിന്നു
ചോതിക്കുന്നന്നേരെ കുഞ്ഞിക്കന്നി
മലനാട്ട്ന്ന് വന്നെമലയാളോറേ
നിച്ചലും[25] കോട്ടേന്ന് വന്നോണ്ടാല്[26]
ബെജറാത്താ[27] വെള്ളത്തിൽ കുളിക്കാറില്ലെ
നെയ്യിട്ട് വെള്ളം കുടിക്കാറില്ലെ
കള്ള് ബിറാണ്ടി[28] കഴിക്കാറില്ലെ
ഒറോട്ടി[29] ചുട്ടപ്പം തിന്നാറില്ലേ
ഇന്നേന്തോരുത്തീല് കിടക്കുന്നത്
നേരുപോലെനേര് പറയണെന്നോട്
ഉത്തരോമില്ല പിറതി[30]യില്ലല്ലോ
പറഞ്ഞ്പറഞ്ഞ് പൊറുതികേട്
അന്നേരെ കണ്ണൻ പറഞ്ഞോള്ന്ന്
എന്തൊന്ന് നേര് പറയണ്ടേ കന്നി
എന്റെ ചിറക്കക്കൂലോമെന്ന കൂലകത്ത്
ഏഴോളം തമ്പാമ്മാറിണ്ടാരുന്നു
ആറും സൊറഗ്ഗത്തിനേളിപ്പോയി
കയിച്ചോരു തമ്പായ്യങ്ങിണ്ടാരുന്ന്
നിന്റച്ചൻ കട്ടം കയറുവേക്കൊണ്ട്
ചങ്ങല വിലങ്ങിലിട്ട് പൂട്ടീനോലും[31]
എന്റെ തമ്പായിയാട മരിച്ചോളട്ടെ
ഞാനതങ്ങീടമരിച്ചോളട്ടെ
ഇന്നേക്കോരേഴ് ദിവസായില്ലേ
ആ വാക്ക് കേട്ടോരു കുഞ്ഞിക്കന്നി
ഊയിവിധിയെന്റെ ചെമ്മാന്തിരേ[32]
ഞാനതങ്ങെന്തൊന്ന് വേണ്ടതെന്റപ്പാ
തന്റെ പടിപ്പുരേല് വന്നവള്
കുതിരേന കെട്ട്ന്നിളക്ക്ന്ന്ണ്ട്
വെള്ളിക്കടിഞ്ഞാണത്തിനോട്ടം പോരാ
ഇരുമ്പിൻ കടിഞ്ഞാണുറപ്പിക്ക്ന്ന്
കുതിരപ്പുറം ചെന്ന് കേറുന്നല്ലോ
എന്റച്ചൻമല കണ്ടിട്ടോട് കുതിരേ.

---

25. നിത്യവും
26. വന്നുകൊണ്ടാൽ
27. വിയർത്താൽ
28. ബ്രാണ്ടി (ശീമമദ്യം)
29. ഒറൊട്ടി (അരിമാവുകൊണ്ടുള്ള ഒരുതരം പലഹാരം)
30. മറുപടി (തുല്യാർത്ഥപദങ്ങളുടെ ആവർത്തനം)
31. പൂട്ടിയിരുന്നുപോലും
32. ജന്മാന്തരമേ

മാണിക്കച്ചൊക്കി മണിക്കുതിര
എന്തിറ വാലില്ലെ[33] പൊൻകുതിര
അച്ഛൻ മല കണ്ടിട്ടോട്ന്നല്ലോ
പടിപ്പുരേല് കുതിരേന തളച്ചവള്[34]
ഓള്[35] പടിപ്പുരേന്ന് കേറുന്നല്ലോ
കണ്ണാലെ കാണുന്നോളമ്മയല്ലേ
നട്ട് നട്ടുച്ചയോടെ തീവെയ്ലോടെ
വെള്ളക്കുതിരവെച്ചോടിയതെന്തേ
എന്തൊരു കുറവാട വന്നത് മോളേ
അറയിൽ പഴയരി കുറച്ചല്ണ്ടോ
പാടത്തിലെണ്ണ കുറച്ചല്ണ്ടോ
കള്ള് ബിറാണ്ടി കുറച്ചല്ണ്ടോ
ഒറോട്ടി ചുട്ടപ്പം കുറഞ്ഞോ കന്നി
ഏതാനുമേതാൻ കുറവില്ലല്ലൊ
ഇത്രയല്ലേയെന്റച്ചൻ നിനച്ചിട്ടില്ലു
ആറ് തരത്തില് വടുവറില്ലേ
ഏഴു ചുരത്തില് കുറവറില്ലേ
ആരിക്കും[36] ഭാഗം കൊടുത്തില്ലെന്ന
മലനാട്ടിന്ന് വന്നെ മലയാളർക്ക്
മലയാളർക്ക് മാലയിടാൻ കൊടുത്തില്ലെന്ന
ഇന്നേക്കോരേഴ് ദിവസായില്ലേ
നിലപ്പട്ടിണി[37]യായി കിടക്ക്ന്നാട
മലയാളറിപ്പം മരിക്ക്വേലില്ലു
എന്റെ ചരട് പറിയല്ലിപ്പം[38]
ഊയിവിധിയെന്റെ ചെമ്മാന്തിരേ
എന്തും കുറവാന്ന് വന്നതാട
ആയിതലക്കോട്ട മങ്ങലാപുരം
എഴുപത് നിലക്കൂർ കൊടുത്തോണ്ടില്ലേ
പതിനെട്ട് കോട്ടേരെ മേൽക്കോയിമ്മ
താക്കോലുംകൂട്ടം കൊടുത്തോണ്ടില്ലേ
എന്തൊരു കുറവെന്റെ ആകസ്വായിക്ക്.[39]

---

33. യന്ത്രവാലുള്ള
34. തളച്ചു അവൾ
35. അവൾ
36. ആർക്കും
37. ഭക്ഷണമൊന്നും കഴിക്കാതെ വെറും നിലത്ത് വീണ് കിടക്കൽ
38. ഭർത്തൃമതികളുടെ ലക്ഷണമാണ് കഴുത്തിൽ ചരട് (താലി). അത് ഉപേക്ഷിക്കുന്നത് ഭർത്താവ് മരിച്ചതിനുശേഷമായിരിക്കും.
39. കണ്ണന് അവർ നല്കിയ പേര്

അന്നേരെ കന്നി പറഞ്ഞോള്ന്ന്
ചിറക്കക്കൂലോമെന്നെ കൂലകത്ത്
ഏഴോളം തമ്പാമ്മാറ്ണ്ട്പോലും
ആറും സൊറ്ഗ്ഗത്തിലേളിപ്പോയി
കയിച്ചോരു തമ്പായ്യാടിണ്ട്പോലും
കട്ടം കയറീട വരുവേക്കൊണ്ട്
എന്റച്ചന്റെ ചങ്ങല വിലങ്ങലിട്ട്യോലും
തമ്പായിയീടമരിച്ചോളട്ടെ
മലയാളറാടീം മരിച്ചോളട്ടെ.
ഊയിവിധിയെന്റെ ചെമ്മാന്തിരേ
എന്നോടങ്ങെന്തിനി പറയ്ന്ന് കന്നി
അച്ചനും മാള്ള്യേമ്മിരിക്ക്ന്ന്ണ്ടേ
നിന്റച്ചനോട് പോയി പറയറോ[40] കന്നി
ഏഴില[41] മാളിക കേറ്ന്നോള്
മാളികകേറീറ്റ് പോമ്പളേക്ക്[42]
പൊന്നിൻകസേരേലിരുന്നുംകൊണ്ട്
കണ്ണരക്കണ്ണ്റ് ചിമ്മീനല്ലോ
എത്താതെ താമസം ചോതിക്ക്ന്ന്
നട്ടുനട്ടുച്ചയോടെ തീവൈലോടെ[43]
വെള്ളക്കുതിരവെച്ചോടിയതെന്തേ
എന്തൊരു കുറവാട വന്നത് മോളേ
പാടത്തിലെണ്ണ കുറച്ചല്ണ്ടോ
അറയിൽ പഴയരി കുറഞ്ഞോ കന്നി
ഒറോട്ടി ചുട്ടപ്പമില്ലെ കന്നി
കള്ള് ബിറാണ്ടി കുറച്ചല്ണ്ടോ
ഏതാനുമേതാൻ കുറവില്ലല്ലോ.

ഇത്രല്ലോമെന്റച്ചൻ നിനച്ചോണ്ടില്ലു
ആറുതരത്തില് വടുവറില്ലെ
ഏഴുചുരത്തില് കുടവറില്ലെ
ആരിക്കും വാഴാൻ കൊടുത്തില്ലെന്ന
മലയാളത്ത്ന്ന് വന്ന മലയാളർക്ക്
മാലയിടാനെന്ന കൊടുത്തോണ്ടത്
ഇന്നേക്കൊരേഴു ദിവസായില്ലേ

40. പറയരുതോ
41. ഏഴുനില
42. പോകുമ്പോഴേക്ക്
43. വെയിലോടെ

ബെജറത്താ വെള്ളത്തിൽ കുളിക്കാറില്ല
നെയ്യിട്ട് കാപ്പി കുടിക്കാറില്ല
കള്ള് ബിറാണ്ടി കഴിക്കാറില്ല
ഒറോട്ടി ചുട്ടപ്പം തിന്നാറില്ല
നിലപ്പട്ടിണിയായി കിടക്ക്ന്നാട
മലയാളറിപ്പം മരിക്കെല്ലില്ലു
എന്റെ ചരട് പറിയല്ലിപ്പം.

ഊയിവിധിയെന്റെ ചെമ്മാന്തിരേ
എന്തൊരു കുറവാട വന്നതപ്പാ
ആയിതലക്കോട്ട്[44] മങ്ങലാപുരം
എഴുപത്നിലക്കൂറ് കൊള്ളുന്നേടം
കോട്ടകൾ പതിനെട്ട് തീർത്തില്ലാട
പതിനെട്ട് കോട്ടേരെ മേൽക്കോയ്മ്മ
താക്കോലുംകൂട്ടം കൊടുത്തില്ലേ ഞാൻ
കല്യാട്ടിട വായ്യെന്റാകസ്വായ്ക്ക്
എന്തൊരു കുറവാലെ വന്നത് കന്നി
ചിറക്കക്കൂലോമെന്ന കൂലകത്ത്
ഏഴോളം തമ്പുരാമ്മാറ്ണ്ട്പോലും
ആറും സൊറഗ്ഗത്തിലേളിപ്പോയി
കയിച്ചോരു തമ്പായ്യാടിണ്ട്പോലും
കട്ടംകയറീട വരുവെക്കൊണ്ട്
അച്ചന്റെ ചങ്ങലവിലങ്ങിലിട്ട്വോലും
തമ്പായിയീട മരിച്ചോളട്ടെ
മലയാളറാടീം മരിച്ചോളട്ടെ.

ഊയിവിധിയെന്റെ ചെമ്മാന്തിരേ
കണ്ണനിയില്ലതോ[45] യീതമ്പുരാനോ
അരവാക്ക് കാറ്റുപോലറിഞ്ഞില്ലാ കന്നി
നീയത് വേഗത്തിൽ പൂവേവേണ്ടു
എന്ത്ന്നാന്ന് കണ്ണനിവേണ്ടുന്നെന്നാല്
വേണ്ടുന്നതെല്ലാം കൊടുക്കേ ഞാന്
നീയത് വേഗത്തിൽ പൂവേവേണ്ടു
എന്റെ കണ്ണനങ്ങേീടത്താൻ വന്നോളട്ടെ
ഏഴില മാളിക ചാടിക്കീഞ്ഞു
അന്നേരെയമ്മ പറഞ്ഞോള്ന്ന്

44. ആഴിത്തലയ്ക്കുള്ള (സമുദ്രതീരത്തുള്ള) കോട്ട
45. കണ്ണന് ഉള്ളതാണോ (ബന്ധപ്പെട്ടതാണോ)?

കഞ്ഞികുടിച്ചിറ്റും പോടേ മോളേ
അന്നേരെ കന്നി പറഞ്ഞോള്ന്ന്
ഇപ്പത് കഞ്ഞിയും വേണ്ടെനിക്ക്
കുതിരപ്പുറം ചെന്ന് കേറുന്നോള്
ഓളെ മല കണ്ടിട്ടോട്ന്നല്ലോ.

പടിപ്പുര ചെന്നല്ലെ കീയുന്നത്
കുതിരേന പടിപ്പുരേല് തളക്കുന്നല്ലോ
കട്ടിന്റരികത്ത് വന്നുകന്നി
എന്റെ മലനാട്ട്ന്ന് വന്നെ മലയാളരേ
അച്ചൻമലക്കേക്ക് പോണം[46] പോലും
എന്തെന്ന് നിങ്ങൾക്ക് വേണമെന്നാലും
വേണ്ടുന്നതെല്ലാം തരുന്നതാണ്.
ആ വാക്ക് കേട്ടോരു കണ്ണനല്ലോ
കണ്ണനവിട്ന്നെണീക്കുന്നേരോം
അന്നേരോം കന്നി പറഞ്ഞോള്ന്ന്
നിങ്ങക്കങ്ങില്ലോരു തമ്പുരാനെന്ന്
എന്റച്ചനരവാക്കറിഞ്ഞില്ലല്ലോ.

തോർത്ത് കുടഞ്ഞ് ചുമലിലിട്ടു
കുതിരപ്പുറം ചെന്ന്കേറി കണ്ണൻ
വെള്ളിക്കടിഞ്ഞാണീനോട്ടം പോരാ
ഇരുമ്പുംകടിഞ്ഞാണം മുറുക്ക്യേക്ക്ന്ന്
അച്ചൻമലകണ്ടിട്ടോടി കുതിര
പടിപ്പുരചെന്നല്ലെ കേറ്ന്നത്
കുതിര[47] പടിപ്പുരേല് തളക്ക്ന്ണ്ട്
കണ്ണനോൻ തന്ന്യേല്ലേകീയ്ന്നത്
ഏഴിലമാളിക കേറിപ്പോയി
പട്ടാണ്യരികത്ത് ചെന്ന്നിന്നു
എന്റെ കല്യാട്ടിടവായ്യെ ആകസ്വായി
നിനക്കതങ്ങില്ലതാന്നീ തമ്പുരാന്
കാറ്റുപോലരവാക്കറിഞ്ഞില്ലാ ഞാൻ.

വിലങ്ങിന്റെ താക്കോല് കൊടുത്തോള്ന്ന്
വിലങ്ങിന്റെ വാതില് തുറന്നു കണ്ണൻ

46. പോകണം
47. കുതിരയെ എന്നാണ് ഉദ്ദേശിക്കുന്നത്

ചിറക്കക്കൂലോം വാണെതമ്പുരാനോ
മണ്ണില് മമ്പല്ല്യായ് പറ്റ്യപോലെ[48]
ആടയൊരുത്തീല് ചുരുണ്ടിറ്റുണ്ട്
വേഗത്തിൽ വാരിയിങ്ങെടുത്തു കണ്ണൻ
ഒരുഭാഗം ചിതലത് കേറീനല്ലോ
തട്ടീറ്റും കൊട്ടീറ്റെടുത്തുവന്നു
പട്ടാണ്യരുകത്ത് വന്നോള്ന്ന്
പൊന്നും കസേരാടവെച്ചുകൊടുത്തു
തമ്പുരാനു മങ്ങതിലിരുന്നോള്ന്ന്
പാലമൃത് കാച്ച്ന്ന് കണ്ണനല്ലെ
പാലമൃത് തന്നെ കയിച്ചോള്ന്ന്[49]
ചിറക്കക്കൂലോം വാണെ തമ്പായീയേ
എന്തിനായി കട്ടംകയറി വന്നത്.

കല്യാട്ടിടവായ്യെ കുഞ്ഞിക്കണ്ണാ
ഞാൻ വന്ന കാരിയോ കേക്കണ്ടത്
കടലിൽ പറങ്കിയെന്ന കപ്പിത്താന
കരമ്മല് നട്ടു ഞാൻ നീര് പകർന്നു
കൊമ്പുംതരംവെച്ച് പടന്നെ മോനേ
നാട് പുറമിട്ട് പോന്ന് ഞാനേ
കൂലോംപുറമിട്ട് എഴുന്നള്ള്യത്
ഈടയരവാക്കറിയിക്കാനായ്
നാലോളം വാക്ക് പറഞ്ഞതില്
ഒരുവാക്കെനക്കത് തെറ്റിപ്പോയി
അന്നേരോം കണ്ണൻ പറഞ്ഞോള്ന്ന്
ഇപ്പതങ്ങെന്ത്ന്ന് വേണ്ട്[50] തമ്പായി
പാളിയം[51] കീച്ച് തരണെനിക്ക്
മുരിക്കഞ്ചേര്യോമന കേളുവിന
പാളിയംകൂടെയൊടുക്ക വേണേ.

ആ വാക്ക് കേട്ടോരു കണ്ണനല്ലേ
മലനാട്ട് പേറത്[52] കീച്ചോളാലോ
പേറൊക്കെ കോരിനിറച്ചോളന്ന്

---

48. മൺപല്ലി (മൺചിതല്) ആയി പറ്റിയതുപോലെ
49. കഴിച്ചു (കടിച്ചു) കൊള്ളുന്നു
50. വേണ്ടത്
51. പാളയം (പട്ടാളക്കൂട്ടം)
52. ചുമട് (മലഞ്ചരക്കുകളുടെ ഭാരം)

പാളിയം വാതിലും തുറന്നിളക്കി
തമ്പുരാൻ കണ്ണനും പേറും കൂട
പാളിയടക്കല്ലെ കീഞ്ഞോള്ന്ന്
അങ്ങനെ മലനാട്ടിൽ കീഞ്ഞ്വവര്
അന്നേരെ കണ്ണനും ചോതിക്ക്ന്ന്
ചിറക്കക്കൂലോംവാണെ തമ്പായീയേ
ഏടയാന്ന് കേളുവങ്ങിണ്ടാവല്[53]
എങ്ങോട്ട് പാളിയം തിരിയേണ്ടതേ
കണ്ണൂലറക്കേക്ക് പൂവാവേണേ
അറക്കല് കേളുവോനില്ലെന്നാല്
ചൊവ്വയിൽ പറമ്പിലോളം പൂവവേണേ
തായലെ ചൊവ്വയിലങ്ങില്ലെന്നാല്
മീത്തലെ ചൊവ്വക്കങ്ങിണ്ടാവല്ലോ
ആട്ത്തോളം പാളിയംപോണം കണ്ണാ.

കൂലോത്തിനി പേറല്ലെ താക്ക്ന്നത്
തമ്പുരാനവിടത്താനാക്ക്ന്നേരം
കല്യാട്ടിടവായ്യെന്റെ ആകസ്വായി
നിന്റെ കൂട ഞാനും വരുന്നേ കണ്ണാ
കണ്ണനും തമ്പുരാനും പാളിയടക്കം
കണ്ണൂലറക്കേക്ക് വളഞ്ഞോള്ന്ന്
ആടയും കേളൂന കിട്ട്യതില്ല
തായലെ ചൊവ്വക്കടുക്കലെത്തി
ചൊവ്വെപ്പറമ്പിലങ്ങെത്തുന്നേരം
മീത്തലെ ചൊവ്വേന്ന് കണ്ടു കേളു
അന്നേരെ കേളു പറഞ്ഞോള്ന്ന്
ചൊവ്വയിൽ ചിണ്ടാന്റെ നേരളിയാ
ചിറക്ക കൂലോം വാണെ തമ്പുരാന
വേണ്ടുന്നനർത്ഥവും ചെയ്തു ഞാനേ
വേണ്ടാത്തനർത്ഥവും ചെയ്യിച്ചു ഞാനേ
പലിശ ചവിട്ടിക്കമിച്ചു ഞാനേ
നാട് ചവിട്ടിച്ചെരിച്ചു ഞാനേ
അറക്കല് വന്ന് ഞാൻ ചേർന്നോണ്ടിറ്റ്
ഇന്ന് മരിക്കാൻ വിധി വന്ന്വല്ലോ
പാളിയം വന്നിങ്ങടുത്ത്വാളിയാ
കണ്ണൂലറക്കലെ ബീവു തങ്ങള
തങ്ങളയങ്ങാരിക്കും കൊടുക്കല്ലെ ചിണ്ടാ

53. എവിടെയാണ് കേളു ഉണ്ടായിരിക്കുക

കണ്ണൂലങ്ങില്ലോര് ചോണോറ്ക്ക്
ചോണോർക്ക് ബീവൂന കൊടുത്തേക്കല്ലെ
ബീവൂന നീയതെടുക്ക വേണേ
പാളിയം വന്നിങ്ങടുത്ത്വെനിക്ക്.

നെറ്റിത്തടം കണ്ടും നെറ്റി കണ്ടും
കേളൂന്റെ മാറീനി വെടികൊള്ള്ന്ന്
മുട്ടോളം ചോരയില് മുട്ടുകുത്തി
അന്നേരോം തമ്പുരാനരുളപ്പാട്
എന്റെ കല്യാട്ടിടവായ്യേ ആകസ്വാമി
കൊല്ലല്ല കൊല്ലല്ല നീയേ മോനേ
ഒരുകെട്ട് വെറ്റില പത്തടക്ക
ചവച്ചിറ്റ് കേളൂന്റെ മോത്ത്[54] തുപ്പട്ടെ
ചിറക്കേക്ക് വേണ്ടി മരിച്ചിനെന്നാല്
വീരാളിപ്പട്ട് വിതാനത്തില്
ആർത്ത് വിളിച്ചെട്ടെടുക്കാരുന്നും
ബലിപുല നന്നായി ചെയ്യാരുന്നും
അറക്കേക്ക് വേണ്ടി മരിച്ച കയ്യന
പാരിച്ചെ കട്ട[55] വലിച്ച്വെച്ച്
നീർക്ക[56]ത്തറിക്കണം കേളുവിന
നെയ്യിൽ പൊരിക്കേണം കേളുവിന
പന്തീല് വിളമ്പേണം കേളുവിന
അയില്ന്നോരു കണ്ടം ചവക്കണെനക്ക്
എന്നാലതിമദംതീരുയില്ലാ.
വെറ്റില ചവച്ചിറ്റും മോത്ത് തുപ്പി
ശൂനീതവാക്കും[57] പറഞ്ഞോള്ന്ന്
കണ്ണൂലറക്കലെ ബീവുതങ്ങള്
പത്തും തികഞ്ഞ വയറുംകൊണ്ട്
കട്ടീല്[58] വീഴുന്ന് തിരയുന്നുമ്മ
ഏ ചെക്കാ യേ ചെക്കാ മമ്മത്ചെക്കാ
മുരിക്കഞ്ചേരിയേടക്കങ്ങെത്തീനെന്ന്
തെക്കൻ കുഴൽവെച്ച് നോക്കേവേണ്ടൂ
ഏഴില മാളിയ ചാടിക്കേറി
തെക്കൻ കുഴൽവെച്ച് നോക്ക്ന്ന് ചെക്കൻ

54. മുഖത്ത്
55. ഭാരമുള്ള മരത്തടി
56. നേർക്ക (നേരിയ (കനം കുറഞ്ഞ) തോതിൽ
57. ശൂന്യംപറയൽ
58. കട്ടിലിന്മേൽ

അന്നേരത്തോനും പറഞ്ഞോള്ന്ന്
പോയത്തം[59] പോന്നോളം വേണ്ടല്ലുമ്മ
മുരിക്കഞ്ചേരീട വരുയെന്നിറ്റ്
കട്ടീല് വീഴല്ലീം പൊട്ടല്ലൂനേ
വട്ടീലെ പുള്ളേന[60] കൊല്ലല്ലുമ്മ
ചൊവ്വപ്പറമ്പിലങ്ങെത്തി കേളു
മുട്ടോളം ചോരേല് മുട്ട് കുത്തീനേ.

അന്നേരെയുമ്മ പറഞ്ഞോള്ന്ന്
ഊയിവിധിയെന്റെ ചെമ്മാന്തിരേ
എന്റെ മുരിക്കഞ്ചേര്യോമന കുഞ്ഞിക്കേളു
കെട്ട്യാപ്പളയായിറ്റും[61] വന്ന്വനിക്ക്
വീട്ടുമാപ്പുളയായിറ്റും വന്ന്വനിക്ക്
ഞാനെനിയെന്തൊന്ന് വേണ്ടത് ചെക്ക.

കേളൂനവിടത്താൽ കൊന്നോള്ന്ന്
കേളൂന്റെ പാളിയോ മൊട്ക്ക്ന്ന്ണ്ട്
കണ്ണൂലങ്ങില്ലോർ ചോണോറെല്ലാം
കണ്ണൂലറക്കലെ കപ്പിത്താനും
ഏഴില മാളിക ചാടിക്കേറി
കണ്ണൂല് ബീവു വാത്തങ്ങളിന
എല്ലാരും കൈമാറ്യേടുത്തേ പോന്ന്.

കണ്ണനും പാളിയം തമ്പുരാന്
കൂലോത്തിനി തന്ന്യേല്ലേഴുന്നള്ള്ന്ന്
തമ്പുരാന കൂലോത്ത് കൊണ്ടാക്ക്ന്ന്
പാളിയോ കണ്ണനും പോന്നാട്ന്ന്.

---

59. ഭോഷത്തം
60. വയറ്റിലെ കുട്ടിയെ
61. കെട്ടിയ (വിവാഹം കഴിച്ച) മാപ്പിളയായിട്ടും

പാട്ട് അഞ്ച്

മുരിക്കഞ്ചേരി കേളുവിന്റെ ചരിതവുമായി ബന്ധമുള്ള ഒരു പാട്ടു കഥയാണിതും. കേളുവിന്റെ പ്രേരണയാൽ ജോനകർ ചെറുകുന്ന് അന്ന പൂർണ്ണേശ്വരിക്ഷേത്രത്തിലെ വിഷുവിളക്കുത്സവം മുടക്കുവാൻ ശ്രമിക്കുന്നതും അവർ പരസ്പരം കലഹിച്ച് മുടിയുന്നതുമാണ് ഇതിൽ ആഖ്യാനം ചെയ്യുന്നത്. കറോം കടിയൻ നാരായണി സ്വാമി (ഏഴോം) പാടിയതാണിത്.

ഓമനച്ചിറക്കലെ തമ്പുരാന്
വാണിയൻ പാട്ടാളിയെന്റെ പാട്ടാളി[1]
പണ്ടാരപെട്ടീരെ[2] താക്കോൽക്കാരാ
ഓമനചെറുകുന്നിന് പോണംനമ്മ
ഒരാണ്ടിൽ പന്ത്രണ്ടുമാസമല്ലേ
മേടമാസൊന്നു പിറക്കുന്നേരം
അമ്പലത്തിലുത്സവം കൂട്ടുവ വേണം
അവിടെയൊരു വിളക്ക് നടത്ത്വവേണം.

അവിടന്നും പോരുന്ന പാട്ടാളിയോ
തമ്പുരാന്റെയരുകത്ത് വന്നോള്ന്ന്
എന്റെ തലയുടെ തമ്പൂരാനേ

1. പിരിവുകാര്യസ്ഥൻ
2. ഭണ്ഡാരപ്പെട്ടിയുടെ

ഓമന തളിപ്പറമ്പിൽ പോവ്വവേണ്ടേ
തളിപ്പറമ്പത്തപ്പനും പൊന്നപ്പന്റെ
ആനേനയൊന്നു വരുത്ത്വവേണ്ടേ
അതുതന്നെ കേട്ടുവാ തമ്പുരാനും
ആവെന്നനുവാദം മൂളുന്നല്ലോ
അതിനുവേണ്ടും ചടങ്ങു കൊടുത്തയച്ചു
ഓമന തളിപ്പറമ്പിൽ പോകുന്നല്ലോ
വാണിയൻ പാട്ടാളി കാരിയക്കാരൻ
പണ്ടാരപ്പെട്ടീരെ താക്കോൽക്കാരൻ
തട്ടുവലിയ തളിപ്പറമ്പിൽ
കാൽനടയായി നടന്നുചെന്നു
അപ്പന്റൊരാനേന കൊണ്ടുവന്നു.
ഓമനച്ചിറക്കലെ തമ്പുരാമ്മാറ്
ഓമന ചെറുകുന്നിൽ വന്നോള്ന്ന്.

മുരിക്കഞ്ചേരിക്കേളു കുഞ്ഞിക്കേളു
തമ്പുരാന വിട്ടു പിരിഞ്ഞകാലം
കണ്ണൂലറക്കലെ തങ്ങളോട്
ചെന്നു പറയ്ന്നാ കുഞ്ഞിക്കേളു
കണ്ണൂലറക്കലെ ബീവിതങ്ങളെ
നാളെയുവൊട്ടു പുലരുന്നേരം
ഓമന ചെറുകുന്നിനി പോവ്വവേണം
കൊല്ലത്തിനൊന്നാം വിളക്കാക്ന്ന്
വിളക്കത് നമ്മമുടക്ക്വവേണം
അതുതന്നെ കേക്കുന്ന ബീവിതങ്ങള്
കണ്ണൂലറക്കലെ ജോനവരെ
ഓമന ചെറുകുന്നിന് പോണം നിങ്ങ
ചെറുകുന്നത്തമ്പലത്തിൽ പോവ്വവേണം
നിങ്ങളാപ്പന്തലിൽ കേറുകവേണം.

അതുതന്നെ കേട്ടുവാ ജോനകര്
ഓമനച്ചെറുകുന്നില് വന്നവര്
അന്നടത്താലെ നടന്നവര്
ഓമന ചെറുകുന്നില് പോരുന്നല്ലോ
അമ്പലത്തിന്റാൽത്തറ കീഴിൽവന്നു
വട്ടപന്തലിൽ കേറിയാടിരുന്ന്വവര്
ഓമനചിറക്കലെ തമ്പുരാന്
തിരുമനസ്സിടറിച്ച തമ്പുരാന്
തൃക്കണ്ണ് കലങ്ങിച്ച തമ്പുരാന്

പിന്നീം പറയ്ന്ന് തമ്പുരാന്
വാണിയൻ പാട്ടാളിയെന്റെ പാട്ടാളി
പണ്ടാരപ്പെട്ടീരെ താക്കോൽക്കാരാ
നേരം കനക്ക വയിതും പോയി[3]
നേരം പതിറ്റടി[4] താണുംപോയി
ആന കുളിച്ചില്ല പട്ടം കെട്ടീല്ല
എമ്പ്രാൻ കുളിച്ചില്ല തറ്റുടുത്തില്ല
കണ്ണൂലറക്കലെ ജോനകരോട്
ഒരിക്കയീപന്തലിന്നെയിക്കാൻ പറ[5]
അതു താനെ കേക്ക്ന്ന്[6] പാട്ടാളിയും
കണ്ണൂലറക്കലെ ജോനകരെ
ഒരിക്കയീപന്തലിന്നെയിക്കണംപോലും
ആന കുളിച്ചില്ല പട്ടം കെട്ടീല്ല
എമ്പ്രാൻ കുളിച്ചില്ല തറ്റുടുത്തില്ല
ഓമനച്ചിറക്കലെ തമ്പുരാമ്മാർക്ക്
തൃക്കണ്ണ് കലങ്ങിച്ച തമ്പുരാമ്മാർക്ക്
തിരുമനസ്സിടറിച്ച തമ്പുരാമ്മാർക്ക്
ഒരിക്കയീ പന്തലിന്നെയിക്കണംപോലും
ആന കുളിക്കട്ടെ പട്ടം കെട്ടട്ടെ
എമ്പ്രാൻ കുളിക്കട്ടെ തറ്റുടുക്കട്ടെ.

അന്നേരം പറയുന്നാ ജോനകര്
വിളക്കു കാണാൻ വന്നുള്ളെങ്ങാങ്ങളാന്ന്
വിളക്കു കണ്ടേ ഞങ്ങള് പോവൂട്ന്ന്[7]
കേട്ടോണ്ടും[8] പോരുന്ന് പാട്ടാളിയും
ഓമനച്ചിറക്കലെന്റെ തമ്പുരാനേ
ജോനവര് പറയുന്നത് കേക്കുന്നില്ലേ
വിളക്കു കാണാൻ വന്നുള്ളെ ജോനവര്പോലും
വിളക്കുകണ്ടേ അവരീട്ന്നേയിക്കൂം പോലും[9]
അതുതന്നെ കേക്കുന്നാ തമ്പുരാനും
തിരുമനസ്സിടറുന്ന തമ്പുരാന്
തൃക്കണ്ണ് കലങ്ങ്ന്നാ തമ്പുരാന്

---

3. ഏറെ വൈകിപ്പോയി
4. ഉച്ചതിരിഞ്ഞ് നിഴലവ് പത്തടി നീളമാകുന്ന സമയം
5. എഴുന്നേല്ക്കുവാൻ പറയുക
6. കേൾക്കുന്നു
7. പോവുകയുള്ളു ഇവിടെനിന്ന്
8. കേട്ടുകൊണ്ടും
9. അവർ ഇവിടെനിന്ന് എഴുന്നേല്ക്കുകയുള്ളുപോലും

എനിയെന്തുവേണ്ടുവെന്റെ ദെയ്‌വങ്ങളേ
ഓമനച്ചിറക്കലെന്റെ കുഞ്ഞികുട്ട്യള്
കണ്ണൂല് വാടി കടക്കല്ലവര്
മീനും വിളക്കെണ്ണ തീണ്ടുവല്ലേറ്റ്
എന്റെ കുട്ടികളഗതിയായിപോവൂം തോന്ന്ന്ന്[10]
തിരുമനസ്സിടറി പറഞ്ഞുംകൂടാ
പിന്നീം പറയുന്നാ തമ്പൂരാന്
വാണിയൻ പാട്ടാളിയെന്റെ പാട്ടാളി
പണ്ടാരപെട്ടീരെ തറക്കോൽക്കാരാ
ഒരിക്കാ നീ ചെന്നു പറയുകവേണം
കണ്ണൂലറക്കലെ ജോനകരോട്
ഒരിക്കയീപന്തലിന്നെയിക്കാൻ പറ.

പിന്നയും പോക്ന്ന് പാട്ടാള്യല്ലോ
ഒന്ന്ണ്ടോ കേക്കെണേ[11] ജോനകരേ
ഓമനച്ചിറക്കലെ തമ്പുരാനോ
തമ്പുരാൻ പറയുന്നത് കേക്കുന്നില്ലേ
ഒരിക്കയീപന്തലിന്നെയിക്കണംപോലും
നേരം പയിറ്റടീത്താണുംപോയി
ആന കുളിക്കട്ടെ പട്ടം കെട്ടട്ടെ
എമ്പ്രാൻ കുളിക്കട്ടെ തറ്റുടുക്കട്ടെ
അന്നേരം പറയ്ന്ന് ജോനകര്
വെളക്കു കാണാൻ വന്ന ഞങ്ങളാന്ന്
വെളക്കു കണ്ടേ ഞങ്ങളെഴുന്നേല്ക്കുള്ളൂ.

അതുതന്നെ കേട്ടുവാ പാട്ടാള്യാന്ന്
തമ്പുരാൻ ചുവട്ടരുകേ ചെന്ന്നിന്ന്
ഓമനച്ചിറക്കലെ തമ്പുരാനേ
ജോനകര് പറയും വാക്ക് കേക്കുന്നില്ലേ
വെളക്കു കാണാൻ വന്ന ഞങ്ങളാന്ന്
വെളക്കുകണ്ടേ ഞങ്ങളെഴുന്നേക്കുള്ളൂ
തിരുമനസ്സിടറിച്ച തമ്പുരാന്
തൃക്കണ്ണ് കലങ്ങ്ന്ന് തമ്പുരാന്.

അപ്പോൾ പറയ്ന്ന് ജോനകര്
തങ്ങളിൽ തങ്ങളിൽ പറയുന്നല്ലോ
ഒന്ന്ണ്ടോ കേക്കണം ജോനകരേ

10. പോകുമെന്ന് തോന്നുന്നു
11. കേൾക്കുകവേണമേ

ആളായെയാളെല്ലാം ചെറുകുന്നില്
തമ്പുരാമ്മാറെല്ലാം ചെറുകുന്നില്
ഓമനച്ചിറക്കലെ തമ്പുരാട്ട്യള
കണ്ണൂല് വാടി കടത്ത്വവേണം
മീനം വിളക്കെണ്ണ തീണ്ടിക്കണം
ഇപ്പോളതിനുള്ളതക്കോമാന്ന്
തങ്ങളിൽത്തങ്ങളില് പറയുന്നല്ലോ
എല്ലാരും പന്തലിന്നെയിക്കുന്നല്ലോ
ഓമന കണ്ണൂലിന്ന് പോകുന്നവര്.

ജോനകർ പന്തലിന്നെയിറ്റ നേരം
ആന കുളിക്ക്ന്ന് പട്ടംകെട്ട്ന്ന്
എമ്പ്രാൻ കുളിക്ക്ന്ന് തറ്റുടുക്ക്ന്ന്
അമ്മേനോരാനപ്പുറമെഴുന്നള്ളിക്ക്ന്ന്[12]
ഒരാംവിളക്കു കഴിക്കുന്നല്ലൊ
കണ്ണൂലറക്കലെ ജോനകര്
ഓമന കണ്ണൂലിന് പോകുന്നല്ലൊ
കണ്ണൂലറക്കലെ ബീവിതങ്ങളേ
ഓമനച്ചിറക്കലെ തമ്പുരാമ്മാറ്
ആളായെയാളും ചെറുകുന്നിലെ
തമ്പുരാമ്മാറും ചെറുകുന്നിലെ
ഓമനച്ചിറയും ചിറക്കക്കൂലോം
താണചിറയുവും കൊട്ടാരവും
തൃക്കൈമോലോം ഉദയൻകുന്നും
ഇപ്പോ പിടിക്കുവാൻ തക്കം തക്കം
കണ്ണൂലറക്കലെ ബീവി തങ്ങളേ
ഓമനച്ചിറയും ചിറക്കക്കൂലോം
ഓമനച്ചിറക്കലെ തമ്പാട്ട്യളീം
മാനിഭക്കേട്[13] വരുത്ത്വവേണം
അതുതന്നെ കേട്ടുവാ ബീവിതങ്ങള്
ഓറുവോരോമന ജോനകരും
ഓമനച്ചിറക്കലേക്കു പോകുന്നല്ലോ
തമ്പുരാൻ കുളിക്കുന്നെ പൊൻചിറയിൽ
മത്തി കടത്തുന്നെ കൂട്ട[14]യാക്ന്ന്
കൂട്ടയും പാളയൊലുമ്പ്ന്നല്ലോ.[15]

12. അന്നപൂർണ്ണേശ്വരിയമ്മയുടെ തിടമ്പ് ആനപ്പുറത്ത് എഴുന്നള്ളിക്കുന്നു.
13. മാനക്കേട്
14. കൂട
15. കഴുകുക

ഓമനച്ചിറയും ചിറപ്പടമ്മല്
എല്ലാരും വട്ടോട്ട്[16] കൂടുന്നല്ലോ.

പടയും വെടിനാദം കേൾക്കാക്ന്ന്
ഓമനച്ചിറക്കലെ തമ്പുരാമ്മാറ്
ഓമന ചെറുകുന്നമ്പലത്തിലേക്ക്
വെടിയൊച്ച കേട്ടുവാ തമ്പുരാനും
തമ്പുരാനിരുന്നേടം ഞെട്ടിപ്പോയി
അന്നേരം കലുപ്പന തമ്പുരാന്
വാണിയൻ പാട്ടാളിയെന്റെ പാട്ടാളി
പണ്ടാരപ്പെട്ടീരെ താക്കോൽക്കാരാ
എന്തൊരു വെടിക്കൂറ്റ് കെൾക്കുന്നിപ്പം
ഓമനച്ചിറക്ക്ന്നോ ചിറപ്പടമ്മ്ന്നോ
കണ്ണൂലറക്കന്നോ കണ്ണൂര്ന്നോ.
അന്നേരം പറയുന്നാ പാട്ടാളിയോ
കണ്ണൂലറക്കന്നല്ല കണ്ണൂര്ന്നല്ല
ഓമനച്ചിറയും ചിറപ്പടമ്മ്ന്ന്
ഒരിക്കാ[17] നീപോയിറ്ററിയ്[18] പാട്ടാളി
പാച്ചലേ പായ്ന്നാ[19] പാട്ടാളിയോ.

ഓമനച്ചിറക്കലേക്ക് പോരുന്നേരം
ഓമനച്ചിറയും ചിറപ്പടമ്മല്
ജോനകര് വട്ടോട്ട് കൂടിയത്ണ്ട്
പാച്ചലെ പായുന്നല്ലോ പാട്ടാളിയോ
ഓമനച്ചിറക്കലെന്റെ തമ്പുരാമ്മാറേ
ഓമനച്ചിറക്കലും ചിറക്കക്കൂലോം
താണ ചിറയുവാ കൊട്ടാരവും
തൃക്കയിമോലോവും[20] ഉദയൻകുന്നും
ഇപ്പം പിടിക്കുവെ തമ്പുരാനേ
ഓമനച്ചിറക്കലെ തമ്പാട്ട്യള്
കണ്ണൂല്വാടി കടക്കല്ലുള്ളു
മാനിഭക്കേട് വരുത്ത്വല്ലുള്ളു
മീനും വിളക്കെണ്ണ തീണ്ടിക്കല്ലോ
തമ്പുരാൻ കുളിക്കുന്ന പൊൻചിറയിൽ

16. വട്ടമിട്ട്
17. ഒരിക്കൽ
18. പോയിട്ട് അറിയുക
19. ഓട്ടം ഓടുന്നു
20. ക്ഷേത്രവും (മഹാകോവിലകം)

തൂപ്രയ്യ പൊന്നയ്യ പൊന്നക്കത്തി
കൂട്ടയും പാളയൊലുമ്പുന്നല്ലോ
തൃക്കണ്ണ് കലങ്ങുന്നാതമ്പുരാന്ന്
തൃമനസ്സിടറുന്നാ തമ്പുരാന്ന്
ഓമന ചെറുകുന്നിലെന്റെയമ്മേ
നിങ്ങളെ വിളക്കിന് വന്നോണ്ടിറ്റ്
ഓമനച്ചിറക്കലെന്റെ കുട്ടികള്
കണ്ണൂല് വാടി കടക്കും തോന്ന്[21]
മാനിഭക്കേട് വരുത്തും തോന്ന്
ഓമന ചെറുകുന്നിലെന്റെ അമ്മേ
അന്നപൂർണ്ണേശ്വരി ലോകേശ്വരി
ഈരേഴുലകിനു നാഥേ, തായേ
ശ്രീകോവിൽ വാതില് ഞാൻ പൂട്ടുന്നില്ല
തിരുനട വാതിലടയ്ക്കുന്നില്ല
ഞാനൊരു വെള്ളം കുടിക്കണെങ്കിൽ
കണ്ണൂലറക്കലെ ജോനകര്
തമ്മില് തച്ച് മുടിഞ്ഞു കണ്ടാൽ
മേലിൽ വരും കൊല്ലം കൊല്ലംതോറും
ഏഴാന ഞാനീട കൊണ്ടുപോരും
ഏഴാക്കും പൊൻപട്ടം കെട്ടിക്കും ഞാന്
ഏഴാം വിളക്ക് കഴിപ്പിക്കും ഞാൻ
ഏഴു തട്ടുള്ളൊരു പൊൻവിളക്കിൽ
പട്ടു കീറീട്ടെട്ടു തിരിയിട്ന്ന്
ഇത്തിരി[22] കത്തീറ്റ് തീരുംമുമ്പേ
ജോനകർ മടങ്ങിയങ്ങ് പോവേവേണം
ഞാനാച്ചിറക്കലേക്ക് പോകണെങ്കില്
വീണ്ടും പറയുന്ന തമ്പുരാന്
കടക്കണ്ണിൽ ചോര പൊടിഞ്ഞുംകൊണ്ട്
ഓമനച്ചിറക്കലെ തമ്പുരാന്
ഞാനാച്ചിറക്കലെങ്ങെത്തുമ്പക്ക്[23]
ജോനവർ തച്ച് മുടിഞ്ഞു കാണേണം
ഓമനച്ചിറയും ചിറക്കക്കൂലോം
തൃക്കയിമോലോം ഉദയൻകുന്നും
താണെചിറയുവാ കൊട്ടാരവും
അവരത് കേറാതെ പോകവേണം

21. കടക്കുമെന്ന് തോന്നുന്നു
22. ഈ തിരി
23. എത്തുമ്പോഴേക്കും

എന്നു മനസ്സിൽ നിനച്ചു തമ്പുരാൻ
കൂടിയുള്ളാള പറഞ്ഞുവിട്ടു
ശ്രീകോവിൽ വാതില് നട പൂട്ടില്ല
അമ്മയെഴുന്നള്ളി വന്നോണ്ടാല്
നടവാതിൽ തന്നെയടച്ചും കോട്ടെ[24]
എന്നു പറഞ്ഞങ്ങിരിക്കുന്നേരോം
വാണിയൻ പാട്ടാളിയെന്റെ പാട്ടാളി
പണ്ടാരപ്പെട്ടീരെ താക്കോൽക്കാരൻ
ഓനും മടങ്ങിയല്ലെ പോരുന്നത്.
ഓമനച്ചിറക്കലെന്റെ തമ്പുരാനേ
കണ്ണൂലറക്കലെ ജോനകര്
തങ്ങളിൽത്തച്ച് മുടിഞ്ഞവറ്
തങ്ങളെ പടയും മടങ്ങിപ്പോയി.

ഓമനച്ചിറക്കലെ തമ്പുരാമ്മാറ്
അന്ന് മുതൽക്കിന്നീട്ത്തോളം
ഏഴാന പൊൻപട്ടം കെട്ട്ന്നോറ്
ഏഴ്ദിവസത്തെ വിളക്ക് കയിക്കുന്നോറ്.

24. അടച്ചുകൊള്ളട്ടെ

www.ingramcontent.com/pod-product-compliance
Lightning Source LLC
LaVergne TN
LVHW040746051026
849519LV00007BA/2461
* 9 7 8 9 3 8 6 3 6 4 8 2 1 *